ஆரியராவது, திராவிடராவது!

நாமக்கல் கவிஞர்

வெ. இராமலிங்கம் பிள்ளை

Title: Aariyaraavathu Dravidaraavathu

Author: Namakkal V. Ramalingam Pillai

Language: Tamil

First Published on: 1947

Year of Publication: 2024

Book Format: Paperback

*Page Size: 6inch * 9inch*

Category: Literature

Subject: Literary Essays

No. of pages: 54

ISBN: 978-81-997511-5-6

Published by: Nilan Publishers, Madurai, Tamilnadu, India

பொருளடக்கம்

குறிப்புகளுக்காக

ஆரியராவது, திராவிடராவது!

புதுப்புது எழுத்தாளர்கள் தோன்றி, விதமான தமிழ் நடைகள் விரிந்து வருவது மிகவும் விரும்பத் தகுந்த விளைவு. நாளுக்கு நாள் எழுத்தாளர்களின் எண்ணிக்கை வளர்ந்து வருகின்றது. அதற்குக் காரணம் பாமர மக்களிடையிலும் பத்திரிகைகளையும் புத்தகங்களையும், சஞ்சிகைகளையும் படிக் கிறவர்களுடைய தொகை பெருத்து வரு வதாக இருக்கலாம். எழுத்துக்களின் இனங்களைப் பிரித்து அறிந்து பெருமை காணக்கூடிய திறமையும் வாசகர்களிடையே வளர்ந்திருக்கிறது. அந்த அறிவு பெண் மக்களிடையேயும் பெருகியிருப்பது பெருமை தரக்கூடியது. அதனால் தினுசு தினுசான எழுத்தாளர்களுக்கும் தேவை ஏற்பட்டிருக்கிறது. சஞ்சிகைகளும் அதிகமாக சஞ்சரிக்கின் றன. அச்சடிப்போரும் வெளியிடுவோரும் பற்பல நூதனமான வண்ணங்களை நுழைத்து வருகிறார்கள். பத்திரிகைகள், சஞ்சிகைகள், புத்தகங்கள் இவற்றுக்கு அவசியமான எழுத்தாளர்களோடு கூடவே சித்திரக்காரர்களும் சிறப்படைந்து வருகிறார்கள். போட்டோ கிராவ்' வேலையும் 'ப்ளாக்' செய்யும் வேலையும் எழுத்தாளர் வேலைக்கு ஏற்றமுண்டாக்கி அதனால் தாமும் வளர்ச்சியடைகின்றன. இவைகள் அனைத்தையும் ஒன்றாகச் சேர்த்துப் பார்க்கும் போது தமிழ் இலக்கிய வளர்ச்சிக்குச் சிறப்பாக வசன நடை வளர்ச்சிக்கு நல்ல காலம் வந்திருக்கிற தென்றே நம்பலாம்.

எழுத்தாளர் என்று சொல்லும் போது இயல், இசை, நாடகம் என்ற மூன்று நடைகளையும் எண்ணித்தான் பேசுகின்றோம். இந்த மூன்றில் எந்த நடைக்கானாலும் கல்வியறிவும் கற்பனா சக்தியும் கலைத் திறமும் அவசியம். நாடக இலக்கியம் நடிப்புக்கென்றே எழுதப்படுவதாகையால் தினசரி வாழ்க்கையில் எடுத்தாளப்படுவதில்லை. 'இயல்' விரிவான

எழுத்தானதால் அதிலுள்ள கற்பனைக் கலைத் திறத்தை பல பக்கங்களைப் படித்துக் கூட்டினால்தான் பார்க்க முடியும். அதனால் அதையும் தினசரிப் பேச்சுகளில் எடுத்தாள இயலுவதில்லை. இசை செய்யுள் வடிவமாக ஜீவசத்துக் குளிகைகள் போல (வைடமைன் பில்ஸ்) சுருக்கமாக இருப்பதால் சுலபமாக மேற்கோளாக எடுத்தாள இசைகின்றது. அத்துடன் மற்ற இரண்டு நடைகளிலும் இல்லாத சங்கீத இன்பமும் இசையில் இருப்பதால் அதை மற்ற இரண்டிலும் உயர்ந்ததாக உலகம் மதிக்கிறது. எனினும் இந்த மூன்று நடைகளையும் வெற்றிகரமாக எழுதத் தெரிவதற்கு மூல காரணமாகிய திறமை ஒன்றேதான்.

எந்த மொழியிலானாலும் ஒவ்வொரு நாட்டிலும் அங்குள்ள எழுத்தாளர்கள் தான் மக்களின் அறிவை வளர்க்கும் சக்திகள் ; அன்பைப் பெருக்கும் ஆற் றல்கள்; உணர்ச்சிகளுக்கு ஊற்றுக் கண்கள்; அமைதியைக் கொடுக்கும் அரண்கள்; சட்டதிட்டங்களைச் சரிப்படுத்தும் சம்மட்டிகள்; சீர்திருத்தங் களுக்குச் சேவகர்கள்; கல்விக்கும் கலைகளுக்கும் காப்பாளர்; மரபைக் காக்கும் மன்னவர்கள்; பண்பைப் பயிர் செய்யும் பாட்டாளிகள்; வாழ்க்கைக்கு வழிகாட்டிகள் ; அரசியலுக்கு அமைச்சர்கள்; எழுத்தாளர்களுக்கு எல்லா வல்லமையும் உண்டு. எல்லா எழுத்தாளர்களும் ஒரு மனப் பட்டு விட்டால் அங்கே எல்லாம் வல்ல இறைவனைக் காணலாம். மனித வர்க்கத்தின் நலன்களை ஆக்கவும் காக்கவும் அழிக்க வும் அவர்களிடத்தில் ஆற்றல் உண்டு. நீண்டகால எழுத்தாளர்களை நீக்கிவிட்டு தினசரி எழுத்தாளர்கள் மட்டும் சேர்ந்து விட்டால் நொடிப்பொழுதில் ஒரு நல்ல காரியத்தைக் கெடுத்துவிடலாம். கெட்ட காரியத்துக்கும் கீர்த்தி உண்டாக்கி விடலாம். ஆக்க வேலையைக் காட்டிலும் அழிவு வேலையை வெகு சுலபமாகச் செய்துவிடலாம். நீண்ட காலத்துக்கு உதவக் கூடிய இலக்கியங்களை எழுதுகிறவர்களிடத்தும் இந்த வேலை உண்டு. ஆனால் அதன் பலன்களை இப்படி உட னுக்குடன் காண முடியாது. அவை 'ஹிட்லர்' எழுதிய 'மீன் காம்ப்' போல நிதானமாக நிலை குலைக்கும்.

எழுத்தாளர்களுக்குள்ள இந்த சக்திகளைக் கண்டுதான் 'வாள் முனையைக் காட்டிலும் பேனா முனை வலிமையுடையது' என்று சொன்னார்கள்.

ஆதலால் எழுத்தாளர்களின் பொறுப்புகள் எண்ணிக்கை யற்றவை. கடமைகளும் கணக்கற்றவை.

எழுதுவதும் மற்ற எல்லாக் கலைகளையும் போலவே மனிதனைச் செயலுக்குத் தூண்டிவிடக் கூடிய ஒரு கலை. இன்னது செய் என்று குறிப்பாக ஒரு செயலையும் சொல்லாமல் வெறும் பொழுதுபோக்குப் படிப்பிற்கென்று எழுதப் படுகிறவைகளிலும் உணர்ச்சியைக் கிளப்பிச் செயலுக்கு ஊக்கிவிடக் கூடிய சூழ்நிலைகள் நம்மை அறியாமலேயும் அமைகின்றன. பெரும்பாலும் எழுத்துக்கள் செயலைத் தூண்டத்தான் செய்யப்படுகின்றன. அவற்றில் கலைத் திறம் எவ்வளவு கலந்திருக்கின்றதோ அவ்வளவு செயலும் நிகழும். எல்லாக் கலைகளும் அப்படித்தான். ஆனால் வெவ்வேறு நாட்டில் வெவ்வேறு கலை களை வெவ்வேறு காரியங்களுக்காகப் பிரயோகப்படுத்தி யிருக்கிறார்கள்.

உதாரணமாக, சங்கீதக் கலையை எடுத்துக் கொள்வோம். சங்கீதத்தை எந்த சாகித்யத்தோடு சேர்க்கிறோமோ அந்த சாகியத்திலுள்ள செயலை அல்லது குணத்தை அது தூண்டுகின்றது.

இங்கிலாந்தில் இந்த சங்கீதம் நெடு நாளாக பிரிட்டானியா கடலை அலை ஆள்கின்றது. கடவுள் நம் அரசனைக் காப்பாராக' பிரிட்டிஷ் மனம் போருக்குப் புறங்கொடுக்காது' பிரிட்டிஷ் ஏகாதிபத்தியத்தில் சூரியன் அஸ்தமிப்பதே இல்லை ' என்பன போன்ற கருத்துக்கள் அடங்கிய சாகித் தியங்களுடன்தான் பெரும்பாலும் சம்பந்தப்படுத்தப்பட்டு ஏகாதிபத்திய எண் ணத்தையும் ராஜ விசுவாசத்தையும் போர் வெறியையும் புகட்டுவதற்கே துணையாகப் பயன்படுத்தப்பட்டு வந்திருக்கிறது.

அதே சங்கீதம் ஜெர்மனியில் கடந்த நூறு ஆண்டுகளுக்கு மேல் இந்த பிரிட்டிஷ் ஏகாதிபத்தியத்தை அடியோடு வீழ்த்தி ஜெர்மன் ஏகாதிபத்தியத்தை ஏற்படுத்த வேண்டும் என்ற இச்சையைப் பரப்பக்கூடிய சாகித்தியங்களிலேயே இணைக்கப்பட்டு வந்திருக்கின்றது என்பது பிரசித்த விஷயம்.

பின்னும் அதே சங்கீதத்தை ஜப்பானில் அந்த நாட்டின் சக்ரவர்த்தி கடவுளின் வடிவமென்றும், அவரைத் தவிர வழிபட வேண்டிய தெய்வம் வேறு இல்லையென்றும் அந்த மன்னனுக்காக உயிரைக் கொடுப்பதே உத்தம தர்மமென்றும் உபதேசிக்கக் கூடிய சாகித்தியங்களுடன் தான் உறவு இருந்து கொண்டு வந்திருக்கிறது.

இப்படியே மற்ற நாடுகளிலும் பிரான்சில் சிற்றின்ப நுகர்ச்சிகளையும் அமெரிக்காவில் செல்வ வளர்ச்சியையும் குறியாகக் கொண்ட சாகித்தியங்களோடுதான் சங்கீதம் நுழைக்கப்பட்டிருக்கிறது.

ஆனால், இந்திய நாட்டில் சிறப்பாக நம் தெய்வத் தமிழ் நாட்டில் இசைக்கலை ஏற்பட்ட நாளாகச் சங்கீதத்தைக் கடவுள், அன்பு, கருணை என்பவற்றுடன் மட்டும்தான் இசைத்திருக்கிறார்கள். கடவுளுக்கென்று கட்டப்பட்ட கோயில்களி லெல்லாம் தமிழர்கள் கலைகளையும் சேர்த்து வைத்துத்தான் கடவுளை வழிபட்டார்கள்.

ஏனைய நாடுகளில் கலைகளை எப்படி உபயோகப்படுத்தி யிருந்தாலும் தமிழ் நாட்டில் எல்லாக் கலைகளும் இலங்கும் உயிர் உடல் அனைத்தும் ஈசன் கோயில் என்ற ஒரு எண்ணத்தையே வெவ்வேறு வழிகளில் இடைவிடாது பரப்பிச் சமூக வாழ்வின் சமாதானம் ஒன்றுக்காகவே உபயோகப்படுத்தப்பட்டு வந்திருக்கின் றன. இதுதான் தமிழ் மரபு.

மற்றக் கலைகளை ஒருபுறம் ஒதுக்கி விட்டு எழுத்துக் கலையை மட்டும் எடுத்துக்கொண்டு இந்த மரபைப் பாருங்கள். இலக்கியமென்று நாமறிந்து தமிழ் எழுத்துக்களில், சங்க காலத்து இலக்கியங்கள் ஆதியாக சுப்ரமணிய பாரதியார் பாடல்கள் அந்தமாக எல்லா எழுத்தாளர்களும் இந்த மரபில் ஒளி மங்காதிருக்க ச் செய்திருக்கிறார்கள். அதுதான் தமிழ் எழுத்துக் கலையின் தனிச் சிறப்பு. அந்த மரபுக்கு மாறுபட்ட எந்த எழுத்தும், அது தமிழ் மொழியில் இருந்தாலும் தமிழ்க் கலையில் இருக்காது. இந்த இடத்தில்,நான் இந்த மரபுகளில் தீயனவற்றையும் மாற் றிக்கொள்ள மறுப்பதாக மதித்துவிடக் கூடாது. 'தமிழ் மரபு' என்று சொல் லுகிறபோது தமிழ் நாட்டில் உள்ள தீய வழக்கங்களை மனதில் கொண்டு விடக்கூடாது. தீய வழக்கங்களைத் தீர்த் தொழிக்கவேதான் நாமெல்லாம் கங் கணம் கட்டிக் கொண்டிருக்கிறோம். அதைப் பற்றிச்சிறிதும் ஐயமில்லை.

தமிழ் மரபு என்பதால் தமிழ் மொழிக்கும் தமிழ் மக்களுக்கும் தனிமை காட்டக் கூடிய நல்ல குணங்களைக் காட்டும் நல்ல மரபைத்தான் குறிக்கிறேன்.

மனிதனுக்கு மனிதன் எப்படி முக வித்தியாசங்கள் இருக்கின்றனவோ அப்படியே இனம், நிறம், ஜாதி, மதம் மொழி, நாடு, பழக்கவழக்கம் முதலிய வைகளில் எவ்வளவு வேறுபாடுகள் இருந்தாலும், 'பூமியில் உள்ள எல்லா மனிதர்களும் சமம்' மனிதனுடைய சுக துக்கங்கள் எங்கு எவர்க்கும், ஒரே மாதிரிதான் என்ற சமதர்மத்தைக் குறைந்தபட்சமாகச் சுமார் இரண்டாயிரத்து ஐந்நூறு ஆண்டுகளுக்கு முன்னாலேயே அறிந்து இன்றளவும் வாழையடி வாழையாக வாழ்ந்து வந்திருக்கிறவர்கள் தமிழர்கள். இதுதான் தமிழ் மரபு விடாத தமிழ் வாழ்க்கை.

இரண்டு மகா யுத்தங்கள் அடுத்தடுத்து நடந்து, எல்லா நாடுகளிலும் எண்ணத் தொலையாத உயிர்ச் சேதங்களையும் பொருட் சேதங்களையும் செய்து மிஞ்சியுள்ள மக்களுக்கும் மிதமிஞ்சிய இன்னல்களை உண்டாக்கிக் கடைசியாக

அணுகுண்டு தோன்றி, 'மனிதரை மட்டுமல்ல, இந்த மாநிலத்தையே சாம்பலாக்கி விடுவேன் என்று பயமுறுத்திய பிறகுதான் எல்லா நிறங்களும், எல்லா மதங்களும், எல்லா நாட்டு மக்களும் சமம்' என்ற உணர்ச்சி ஏனைய நாடுகளில் உண்டாகியிருக்கிறது. அதற்காகவே உலகத்திலுள்ள அரசியல் அறிவாளிகளெல்லாம் ஒன்று கூடி, ஐக்கிய நாடுகள் என்ற சங்கத்தை நிறுவி, இந்த சமத்துவ உணர்ச்சியைப் பலப் படுத்தி, உலக சமாதானத்தைப் பாதுகாக்க, உலகத்துக்கே ஒரு பொதுப் பஞ்சாயத்து அரசாங்கத்தை உண்டு பண்ண உழைக்கிறார்கள்.

எண்ணவும், எழுதவும், பேசவும் தெரிந்த எல்லாருக்கும் இப்போது முன்னால் நின்று முறைக்கின்ற பிரச்னை இதுதான். இந்த உலக சமாதானத் துக்கு ஒரு சிறிதும் உதவியற்றதாகி, உள்நாட்டு சமாதானத்தையும் கெடுத்து தமிழின் மரபை மறந்து, தமிழர்களுக்குள் பிளவுண்டாக்கி, நல்லவர்கள் மனதைக் கலக்கி, நாட்டின் பொதுநலத்தை விலக்கிவரும் சில விஷயங்களை நினைவுக்குக் கொண்டு வருவதே என் நோக்கம்.

நேயர்களின் கவனத்துக்குக் கொண்டுவர வேண்டும் என்று நான் கருதுகின்ற சில விஷயங்கள் தமிழ் மொழியின் பிறப்பு, அதன் வளர்ச்சி, தமிழின் தனிமை, தமிழும் ஆரியமும், ஆரியர் - திராவிடர், தமிழ் நாடு, தமிழ் அரசு, தமிழ்ப் பண்பு என்பன.

இவற்றுள் அபிப்பிராய பேதத்துக்கு இடமே இல்லாத உண்மைகளைப் பற்றியும் புதுப்புது அபிப்பிராய வேற்றுமைகளை வேண்டுமென்று கற்பனையாகப் புகுத்தித் தமிழ்மக்களின் மரபையும் மனசையும், மாண்பையும் கெடுக்க முயலும் தீங்கு தரும் பிரசாரங்களைத் தீர விசாரிக்க வேண்டும். இந்தத் தீங்கு தரும் பிரசாரத்தைச் செய்கிறவர்கள் எல்லாரும் தீயவர்கள் என்று நான் சொல்ல வரவில்லை. ஆனால் மிகவும் நல்லவர்களும் உண்மைகளைத் திரிபாகத் தீர்மானித்துக் கொண்டு தெரியாமலேயே தீங்கு செய்து விடலாம்.

தமிழின் பிறப்பு

தமிழ் மொழியின் துவக்கம் எப்போது என்று எவராலும் சொல்ல இயலவில்லை. அதை அனுமானிக்கக் கூட நமக்கு ஆதாரமில்லை.

ஆனால் தமிழ் மொழியை உண்டாக்கினது யார் என்று சொல்ல முடியாததற்காக, இறைவன் என்ற பொருள் 'சிவன்' என்ற பெயரில் அந்தத் தமிழை உண்டாக்கினது என்று மட்டும் சொல்லி வந்தார்கள். இன்ன எழுத்து இன்ன இலக்கணம் என்று சொல்ல முடியாமலிருந்த அந்த மொழியை அகத்தியன் என்பவன் உருப்படியாக்கி இலக்கணம் செய்து வைத்தான் என்று அறிகின்றோம். அகத்தியன் தான் தமிழுக்கு இலக்கணம் செய்தவன் என்பதை நான் சொல்ல முடியாது; அதை அகத்தியன் செய்யவில்லை என்றும் எவரும் சொல்ல முடியாது. ஏனெனில் அது எனக்கும் தெரியாது, அவர்களுக்கும் தெரியாது.

ஆனால், தமிழுக்கு முதல் இலக்கணம் செய்தவன் அகத்தியன் என்று எண்ணிறந்த தமிழ் இலக்கியங்கள் உறுதியாகச் சொல்லுகின்றன. அந்த உண்மையை நெருப்பால் எரிக்க முடியாத, நீரால் நனைக்க முடியாத, காற்றால் அசைக்க முடியாத, மண்ணால் மக்கச் செய்ய முடியாத ஆகாசத்தினாலும் அணுக முடியாத 'கற்றோர் இதயம்' என்ற காணாத இடத்தில் வீற்றிருக்கும் கம்பன் தனது ராமாயணத்தில் அகத்தியனைப் பற்றிச் சொல்ல வேண்டிய இடத்தில் 'நீண்ட தமிழால் உலகை நேமியின் அளந்தான்! என் றும்' 'என்றுமுள தென்தமிழ் இயம்பி இசை கொண்டான்' என்றும் ஏறக் குறைய ஆயிரம் ஆண்டுகளுக்கு முன்னாலேயே சொல்லியிருக்கிறான். ஆயிரம் ஆண்டுகளுக்கு முன்னாலிருந்த அவன் காணாத உண்மைகளை நாமென்ன கண்டுவிட முடியும்?

கம்பனை விட்டுவிட்டு பாரதியைப் பார்ப்போம். கம்பனையாவது சிலர் கட்சிச் சண்டைக்காக இகழ்ந்து பேசுகிறார்கள். கம்பனை இகழந்து பேசுகிறவர்களும்கூட புதுமைப் புலவனாகிய பாரதியைப் புகழ்ந்தே போற்றுகின்றனர். ஏனெனில் இவர்கள் கட்சிக்குச் சாதகமாக பாரதியார்,

'பார்ப்பானை ஐயரென்ற காலமும் போச்சே, என்றும்

'பேராசைக் காரனடா பார்ப்பான் - ஆனால்
பெரிய துரை என்னினுடல் வேர்ப்பான்'

பிள்ளைக்குப் பூணூலாமென்பான் - நம்மைப்
பிச்சுப் பணம் கொடெனத் தின்பான்
பாயும் கடிநாய் போலீசு--காரப்
பார்ப்பானுக்கு உண்டிதிலே பீசு'-

என்றும் பாடியிருக்கிறார். அப்படிப்பட்ட இந்தத் தலைமுறையின் புலவனாகிய மகாகவி சுப்ரமணிய பாரதி தமிழின் பிறப்பைப் பற்றியும் இந்த அகத்திய னைப் பற்றியும் என்ன சொல்லுகிறார் என்பதைப் பாருங்கள்; தமிழ்த் தாய் சொல்லுகிறாள்:

ஆதிசிவன் பெற்று விட்டான் - என்னை
ஆரிய மைந்தன் அகத்தியன் என்றோர்
வேதியன் கண்டு மகிழ்ந்து - நிறை
மேவும் இலக்கணம் செய்து கொடுத்தான்.

தமிழுக்கு இலக்கணம் செய்தவன் அகத்தியன் என்று மிகத் தெளிவாக பாரதி பாடுகின்றார். தமிழுக்கு இலக்கணம் செய்தவன் 'ஆரிய மைந்தன்' என்று பாரதி வாழ்த்துகிறாரே - என்று பாரதியாரையும் இகழலாம்.

பாரதியாரை இகழ்ந்து பேசுகிறவர்களும் இருக்கிறார்கள் என்பதை இங்கே குறிப்பிடுவது குற்றமாகாது. ஒருவர் சொன்னார்: "பாரதியை நான் நேரில் கண்டால் என்ன செய்வேன் தெரியுமா?" என்று கேட்டுவிட்டு, அவர் என்ன செய்வார் என்பதையும் சொன் னார்.

ஈனப் பறையர்களேனும் அவர் எம்முடன் வாழ்ந்து இங்கிருப்பவ ரன்றோ' என்று பறையர்களை ஈனப் பறையர்கள்' என்று இகழ்ந்து கூறுகிறாரே பாரதி, என்ன திமிர்?' என்றார்.

பாரதியார் ஒரு பார்ப்பனர் என்பதை எண்ணி அப்படிச் சொன்னாரோ அல்லது பறையர்கள் எனப்படும் ஹரி ஜனங்களைத் தன்னுடைய கட்சிக்கு வசப்படுத்தச் சொன்னாரோ தெரியவில்லை. எதை எண்ணிச் சொல்லி யிருந்தாலும் அந்த மனிதர் மிகவும் பரிதப்பிக்கத் தகுந்தவர். நல்ல மனிதர்களும் தீங்கு தரும் பிரசாரத்தைச் செய்து விடக் கூடும் என்பதற்கு ஒரு திருஷ்டாந்தம். அது போகட்டும்.

தமிழ் மொழியின் பிறப்பைத் தொடர்வோம். தமிழுக்கு ஆதி இலக் கணம் செய்தவன் என்ற அகத்தியனுடைய காலத்தை வரையறுத்துச் சொல்ல முடியவில்லை. அனுமானிக்கக் கூட ஆராய்ச்சிக்காரர்களுக்கு ஆதாரம் கிடைக்கவில்லை. அன்றியும் தமி ழுக்கு முதல் இலக்கணம் தந்தவன் அகத்தியன் என்பது மட்டுந்தான் தெரிகிறதே ஒழிய அந்த இலக்கணமும் நமக் குக் கிடைக்கவில்லை.

எனினும் பாரதியும் அவருக்கு முன்னாலிருந்த எழுத்தாளர்களும் அகத்தியன்தான் தமிழுக்கு ஆதி இலக்கணம் செய்ததாக ஐயம் திரிபு இல்லாமல் நம்பி வந்திருக்கிறார்கள்.

அகத்தியருக்குப் பிறகு தொல்காப்பியர் என்பவர் 'தொல்காப்பியம் என்ற தமிழ் இலக்கணத்தைச் செய்தார். இந்தத் தொல்காப்பியம் அகத்தியரைப் பின்பற்றி எழுதப்பட்டதாகக் கருதப்படுவதால் இது அகத்தியத்தின் பிற்

காலப் பிரதி என்றே பல அறிஞர்கள் எண்ணுகின்றார்கள். தமிழுக்கு இலக்கணம் செய்தவன் அகத்தியன் என்றே சொல்லப்பட்டு வந்திருக்கிறது. ஆனால் தமிழுக்கு இன்றளவும் கிடைத்துள்ள ஒரே இலக்கணமாகிய தொல்காப்பியத்தைச் செய்தவரைப் பற்றித் தமிழுக்கு இலக்கணம் செய்தவராகச் சொல்லப் படவில்லை. இந்தத் தொல்காப்பியம் அகத்தியத்திலிருந்து எழுதப்பட்டது தான் என்ற காரணத்தாலோ என்னவோ தொல்காப்பியரை தமிழுக்கு இலக்கணம் செய்தவராகச் சொல்ல வில்லை போலும். இந்தத் தொல்காப் பியம் அகத்தியத்தை ஒட்டினதோ அல்லது அதனின்று வேறாக தொல்காப்பியர் சொந்தமாகத் தோற்றுவித்ததோ எப்படியிருந்தாலும் தமிழ் மொழிக்கு உருப்படியாகக் கிடைத்த முதல் இலக்க ணம் தொல்காப்பியம்தான். அதைத் தான் இன்றளவும் தமிழ் இலக்கண மாகப் போற்றி வருகிறோம். அது தமிழ் மொழிக்கு மட்டும் இலக்கணமல்ல; தமிழர்களின் வாழ்க்கையின் சரித்திரத்துக்கே இலக்கணம்.

இந்தத் தொல்காப்பியம் எந்தக் காலத்தில் ஏற்பட்டது என்று நிச்சயமாகச் சொல்ல முடியவில்லை. பல ஆராய்ச்சிக்காரர்கள் பலவிதமான முடிவுகளைக் காட்டுகிறார்கள். சிலர் இந்தத் தொல்காப்பியம் என்பது ஆயிரம் ஆண்டுகளுக்கு முன் உண்டானது என்று எழுதியிருக்கிறார்கள். பெரும்பாலும் ஆராய்ச்சிக்காரர்கள் அதைவிடக் குறைவாகத் தான் சொல்லுகிறார்கள். இதைப் பற்றிய எல்லா ஆராய்ச்சிக் காரர்களைப் பற்றியும் எழுதிக் கொண்டிருப்பது சரியல்ல. ஆனால் இதைப்பற்றி வெகு பாடுபட்டு ஆராய்ந்து மிக நுட்பமான ஆதாரங்களைக் காட்டி எழுதியிருக்கிற கடைசி எழுத்தாளர் உயர்திரு கா.சுப்ரமணியப் பிள்ளை அவர்கள், எம்.ஏ., எம்.எல்.இவர் அண்ணாமலைப் பல்கலைக் கழகத் தமிழ்ப்பேராசிரியராக இருந்தவர். 'தாகூர் ஞாபகார்த்தப் பரிசு' என்று சட்ட விரிவுரைப் போட்டியில் கல்கத்தா சர்வகலா சாலையில் ரூபாய் ஆறாயிரம் பரிசு பெற்றவர். இவர் தமது ஆராய்ச்சியில் தொல்காப்பியப் பொருளதிகாரக் கருத்து என்ற

நூலில் தொல்காப்பியருடைய காலம் குறைந்தது நாலாயிரத்து நானூறு வருஷங்களுக்கு முற்பட்டது என்று நிச்சயிக்கிறார்.

அந்த நூலை எல்லாரும் படித்துப் பார்ப்பது நல்லது. இவர் சொல்லுகிற நாலாயிரத்து நானூறு ஆண்டுகள்தான் சரியென்று நான் சொல்ல வரவில்லை. ஏனெனில், எல்லா ஆராய்ச்சிகளிலும் அனுமானங்கள் தான் அதிகம். தொல் காப்பியத்தின் உண்மையான இதற்குக் குறைவாகவு மிருக்கலாம்; கூடுதலாகவும் இருக்கலாம். வருஷக் கணக்கு எதுவாக இருந்தாலும் இந்தத் தொல் காப்பியமே அதன் பெயர் குறிக்கிற மாதிரி மிகப் பழைய இலக்கியம் என்பதில் எள்ளளவும் சந்தேகமில்லை.

இந்த அகத்தியனும் தொல்காப்பியனும் ஆரியர்கள் என்று அனுமானித்துக்கொண்டு, இப்போது அரசியல் கட்சிச் சண்டைகளால் அதிகப்பட்டி ருக்கிற ஆரிய திராவிட நிபந்தனைகளை அவர்கள் தலையிலும் போட்டு அவ்விரு வரும் தமிழைக் கெடுத்து விட்டவர்கள் என்ற அபாண்டத்தால் தமிழ்மொழியின் பெருமைக்குச் செய்யப்பட்டு வரும் அநியாயத்தையும் அகற்ற வேண்டும். பிறமொழி அறிவு கொஞ்சமாவது உள்ளவர்கள் அப்படிப் பேசமாட்டார்கள். ஏன் எனில் ஆரியமொழி என்று சொல் லப்படுகிற (சம்ஸ்கிருதம்) வடமொழியின் இலக்கணத்தையும் இந்தத் தொல் காப்பியத்தையும் ஒப்பிட்டுப் பார்த்தால் வடமொழி இலக்கணத்தின் வாடை கூடத் தொல்காப்பியத்தில் இல்லை. அப்படியிருக்க வடமொழியைத் தமிழில் புகுத்தி அகத்தியரும் தொல்காப்பியரும் தமிழைக் கெடுத்து விட்டார்கள் என்பது அறிவின்மை.

தமிழின் வளர்ச்சி

தமிழ்மொழி என்பது மாங்காய் தேங்காய் போல மரத்தில் காய்த்து நம் கையில் விழுந்துவிடவில்லை. கற்பனைக்கும் எட்டாத காலத்திலிருந்து அநேக ஆயிரம் ஆண்டுகளாகக் கொஞ்சம் கொஞ்சமாக வளர்ந்து சுமார் இரண்டாயிரம் ஆண்டுகளுக்கு முன் இலக்கியங்களில் இறுகிய வயிரம். பின் வந்த தமிழர்கள் அதை இப்போது உலகத்தின் பல்வேறு பகுதிகளில் உள்ள அறிவை பிரதிபிம்பிக்கும் பல முகமுள்ள பட்டை போட்ட வயிரமணியாகத் திகழச் செய்திருக் கின்றார்கள். எழுத்தாளர்கள் இப்போது அதற்கு இன்னும் மெருகேற்றி வருகிறார்கள். இப்போது இருந்து வருகிற தமிழ் பழைய நிலைக்கே போக வேண்டுமென்று விரும்பினால், அது வயிரம் தன்னுடைய பழைய நிலைக்கே போய் கரியாகப் போவதைத்தான் காணும்.

அகத்தியத்துக்கு முன்னால் இப்போது 'தமிழ் நாடு' என்று குறிக்கப்படுகிற நிலப்பகுதியில் வெவ்வேறு உருப்படி இல்லாத சில்லறை பாஷைகள் இருந்ததாகத்தான் அறிவறிந்த ஆராய்சிக்காரர்கள் அனைவரும் சொல்லியிருக்கிறார்கள். அதையெல்லாம் ஒன்று சேர்த்துப் பாரதியார்,

கன்னிப் பருவத்தில் அந்நாள் - என்றன்
காதில் விழுந்த திசைமொழி யெல்லாம்
என்னென்ன வோபெய ருண்டு - பின்னர்
யாவும் அறிவுற்றிறந்தன கண்டீர்!

என்ற பாட்டில் ரத்தினச் சுருக்கமாகச் சொல்லிவிட்டார்.

தனித் தமிழ்

தமிழில் பிறமொழிப் பதங்கள் கலவாமல் தமிழ் தனியாக வழங்கப்பட வேண்டும் என்று பல நல்ல படிப்பாளிகளும் விரும்புகிறார்கள். அந்த விருப் பத்தில் தவறில்லை. ஆனால் அந்த விருப் பத்தை அடைவது முடியாத காரியம் என்பதையும், அந்த அசாத்திய காரியம் முடியாதிருப்பதற்காக அவர்கள் அக்கம் பக்கத்தில் உள்ளவர்கள் மேல் சுமத்துகின்ற பழிகளும் அநியாயம். இதனால் நெருங்கிய நண்பர்களாக இருந்தவர்க ளுக்குள் வளர்ந்து வரும் அன்பின்மையும் அதிகம்.

தனித் தமிழ் என்ற ஒரு தமிழ் எப்போது இருந்ததோ, எங்கிருந்ததோ அறிய முடிய வில்லை.

திருவள்ளுவர் காலத்துக்கு முன் வடமொழி கலவாத தமிழ் இருந்ததை அறிகிறோம். ஆனால் அதைத் 'தனித் தமிழ்' என்று எப்படிச் சொல்லுவது? திருவள்ளுவர் காலத்துக்கு முன்னா லிருந்தே தமிழ் நாட்டிலிருந்த மக்கள் எகிப்து, கிரேக்க தேசம், ரோமாபுரி முதலிய ஆப்ரிக்க ஐரோப்பிய நாடுகளுடனும் சிங்களம், ஜாவா, சுமத்ரா, போர்னியோ, செலிபஸ் முதலிய கீழ் நாடுக ளுடனும் மிகவும் நெருக்கமான வியாபார சம்பந்தங்களும் கல்யாண சம்பந்தங்களும் உள்ளவர்களாக இருந்ததற்கும் பல ஆதாரங்கள் இருக்கின்றன.

தமிழ் நாட்டு மன்னர்களில் ஒருவனான கிள்ளி வளவன் என்பவன் சிங்கள மன்னன் மகளான நாக கன்னிகை பீலிவளை என்றவளையும், அதே மன்னன் பிறகு சித்தாத்தகை என்ற வட நாட்டுப் பெண்ணையும் மணந்து கொண்டதாக அறியக் கிடக்கிறது. தமிழ் நாட்டின் எல்லை தெற்கே குமரியாறும் (குமரி முனை) வடக்கே வேங்கடமும்தான் என்று சொல்லப் பட்டிருக்கிறது. இந்த மன்னன் குமரிமுனைக்குத் தெற்கே தமிழல்லாத சிங்கள மொழி

வழங்கிய நாட்டில் ஒரு பெண்ணையும் வேங்கடத்துக்கு வடக்கே மகாபலி வம்சத்தைச் சேர்ந்த ஒரு மன்னன் ஆண்ட தமிழ் அல்லாத ஏதோ ஒரு மொழி வழங்கிய (மகாபலி வம்சம் என்பது தமிழல்ல) தேசத்துப் பெண்ணையும் மணந்தான். இந்த இரண்டு மனைவிகளுக்கும் குழந்தைகள் இருந்தன. வடநாட்டு மனைவி யின் மகன் உதய குமாரன். நாக மனைவியின் மகன் பெயர் தெரியவில்லை. ஆனால் அவன் சிங்களத்திலிருந்து ஒரு வாணிபக் கப்பலில் தந்தையிடம் வரும் போது மரக்கலம் புயலில் சிக்கிக் கொண்டதால் ஒரு தீவில் தங்கினதாக வும், மீண்டும் அந்தக் கப்பல் புறப்பட்ட பிறகு அந்த இளவரசனைக் காண முடியவில்லை என்றும் சொல்லப்பட்டி ருக்கிறது.

இப்படி அந்நிய மொழிப் பெண் களை மணந்துகொண்டு, இடைவிடாது கடலோடி தூரதேசங்களோடு நெடுங் காலமாக வியாபாரம் செய்து கொண்டி ருந்தவர்கள் நாட்டில் வழங்கிய மொழி எப்படித் தனித்தமிழாக இருந்திருக்க முடியும்? அக்காலத்துத் தமிழர்களுடைய கடல் வியாபாரத்தைப் பற்றியும் அவர்களுடைய துறைமுகங்களைப் பற்றியும் அயல் நாட்டுச் சரித்திர ஆசிரியர்களான 'ப்ளைனி' 'தாலமி' என்பவர்கள் எழுதியுள்ள சேர, சோழ,பாண்டிய நாட்டின் சரித்திரக் குறிப்புகளும் எகிப்து தேசத்து அறிஞர் ஒருவர் எழுதியுள்ள 'பெரிப்ளஸ் மாரிஸ் எரித்ரேய்' என்ற நூலும் வெகு தெளிவாகச் சொல்லுகின்றன. அவற்றில் சொல்லப் படுகிற தமிழ் நாட்டுத் துறைமுகங்களுடைய பெயர்கள் அப்படியே சங்ககால இலக் கியங்களில் இருப்பதைக் காணலாம்.

ஆகையால், அவ்வளவு அயல் நாட்டு சம்பந்தங்கள் வைத்துக் கொண்டிருந்த தமிழர்களின் மொழி அக்காலத்திலும் கூட ஒரு தனி மொழியாக இருந்திருக்க முடியாது. தமிழ் மட்டும் அல்ல, பல மொழிகளைப் பேசுகின்ற பலநாட்டு மக்களுடன் பழகி வருகின்ற எவருடைய மொழியும் கலப்பில்லாத தனிமொழியாக இருக்க முடியாது. ஆகையால் வட மொழி கலக்காத காலத்திலும் தனித் தமிழ் என்ற ஒரு மொழி

வழங்கின தில்லை. அனால் 'செந்தமிழ்' என்று இப்போதுள்ளவர்களுக்குக் 'கடுந்தமிழ்' ஆகியிருக்கிற ஒரு தமிழ் இருந்ததுண்டு. அது இன்னும் நம்மிடையே மொழிகளை விரும்பாத சிலரிடம் இருந்து வருகிறது. அதைத்தான் அ வர்கள் 'தனித்தமிழ்' என்று கருதுகிறார்கள் போலும். ஆனால் அந்தத் தமிழ் நெடு நாளைக்கு முன்னாலேயே வழக்கிழந்து பொதுமக்களுக்குப் புரியாததாகி விட் டது. சுமார் எண்பது ஆண்டுகளுக்கு முன்னாலேயே இந்தக் கடுந்தமிழ் செந் தமிழ் நடைக்குச் சிறப்பிடமாகிய யாழ்ப்பாணத்திலேயே பயனற்றுப் போன உண்மையைப் பார்ப்போம்.

யாழ்ப்பாணம் ஆறுமுக நாவலர் என்றால் தமிழ் அறிஞர்கள் தலைவணங்க வேண்டிய தக்கார். தமிழ் இலக்கியங்களின் கரை கண்ட கல்வியாளர். ஆங்கிலப் படிப்பிலும் அப்படியே. கிறிஸ்துவ வேதமாகிய 'பைபிள்' என்ற நூலை முதன்முதல் தமிழில் மொழிபெயர்த்த மேதை. அவர் செய்த மொழிபெயர்ப்பு அறிஞர்களால் மிகவும் மெச்சப்பட்டது. ஆறுமுக நாவலர் அவர்களை வி.கோ. சூரியநாராயண சாஸ்திரி என்ற தமிழ்ப் பேரறிஞர் 'வசன நடை கைவந்த வல்லாளர்' என்று புகழ்ந்துள்ளார். தமிழில் மிக எளிய வசன நடையை முதலில் எழுதினவர் ஆறுமுக நாவலர். சமஸ்கிருதப் படிப்பிலும் ஒரு மகாமகோபாத்தியாயருக்குச் சமமானவர். சைவ சம் யத்துக்கு அரும் பெரும் சேவைகள் செய்த அண்ணல். அவர் கற்றோர் சபை யில் கடுந்தமிழும் மற்றாரிடத்தில் எளிய தமிழும்பேசுவார். அவருக்குப் புண்ணிய மூர்த்தி என்ற நண்பர் ஒருவர் இருந்தார். அந்தப் புண்ணியமூர்த்தி என்பவர் ஒரு கப்பல் வியாபாரி. அவருக்கு வியாபாரப் போட்டியில் சில பகைவர் உண்டு. அப்பகைவர்கள் சில ஆட்களை ஏவி, துறைமுகத்தில் சரக்குகளோடு இந்தியாவுக்கு புறப்படத் தயாராக இருந்த புண்ணிய மூர்த்தியின் மரக்கலம் ஒன்றிற்குத் தீ வைக்கச் செய்து விட்டார்கள்.அப்படித் தீ வைக்கத் தோணியில் சென்று தீ வைத்து விட்டுத் திரும்பி வந்த ஒருவன் விடியற் காலையில்

கடற்கரை ஓரமாக இரைக்க இரைக்க ஓடி வந்து கொண்டிருந்தான். (நடு ராத்திரி யில் தீ வைக்கத் திட்டம் போட்டிருந்த அவன் தூங்கிப்போய் பின்னிரவில் சென்ற படியால் விடியற்காலம் நேர்ந்து விட்டது.) ஆறுமுக நாவலரவர்கள் தினந்தினம் விடியுமுன் எழுந்து இருட்டாக இருக்கும்போதே கடற்கரையில் உலாவுவது வழக்கம். அன்றையதினம் அப்படி உலாவிக் கொண்டிருந்தபோது இந்தத் தீ வைத்த மனிதன் இளைப் பெடுக்க ஓடி வருவதைப் பார்த்தார்.

யாரோ எதற்காகவோ ஓடுகிறான் என்று இருந்து விட்டார். இருட்டில் அந்த மனிதனுடைய அடையாளம் அறிய முடியாமற் போனாலுல் உயரம் பருமன் நடை முதலியவற்றைக் கவனிக்க முடிந்தது. சில நாளைக்குப் பிறகு தமது நண்பர் புண்ணியமூர்த்தியின் மரக்கலத்துக்கு இன்ன நாளில் விடியற் காலத்தில் யாரோ நெருப்பு வைத்து விட்டு வந்த ஆள் இந்த திசையில் கட்டு மரத்தைச் செலுத்திக் கரையில் இறங்கி ஓடிவிட்டான் என்பதை நாவலர் கேள்விப்பட்டார். குறிப்பிட்ட அந்த நாளில் அந்த நேரத்தில் அந்த திசையில் ஒரு மனிதன் ஓடி வந்தது நாவலருடைய ஞாபகத்துக்கு வந்தது. அதைத் தன் அன்பர் புண்ணிய மூர்த்திக்கு அறியப்படுத்தினார். அவர் சொன்ன அடையாளங்களிலிருந்து, அதுவரையிலும் அந்தக் குற்றத்துக்காகச் சந்தேகிக்கப்பட்டவர்களை யெல்லாம் விட்டுவிட்டு புது ஆசாமி ஒருவனைப் பிடித்தார்கள். அவன்தான் அந்தக் குற்றவாளி. அந்தக் கேஸ் விசாரணைக்கு வந்தது.

அதில் ஆறுமுக நாவலர் ஒரு சாட்சி. சாட்சியம் சொல்லக் கூண்டில் வந்து நின்றார். நாவலர் ஒரு கருத்த மனிதர். வழுக்கைத் தலை. நெற்றி நிறைய விபூதி. கழுத்தில் தங்கச் சரட்டில் கோத்த ஓர் உத்ராக்ஷம். இடை யில் ஒரு சாதாரண வேஷ்டி. மேலே ஒரு துண்டு. இரண்டும் தோய்த்து தோய்த்துக் காவி ஏறியிருக்கும். ஆடம்பரமே இல்லாமல், பார்ப்பதற்குப்

படிப்பு வாசனையே துளிக்கூட இல்லாத ஒரு பட்டிக் காட்டானைப் போல காட்சி அளிப்பார்.

சாட்சியம் சொல்ல நீதிபதியின் முன் நின்றார். நீதிபதி ஒரு பரங்கிக் காரர். (ஆங்கிலோ இந்தியர்) முதல் இரண்டொரு கேள்விகளுக்கு நாவலர் இங்கிலீஷில் பதில் சொன்னார். உடனே அந்த நீதிபதி நாவலரை ஏற இறங்கப் பார்த்துவிட்டு, "போதும் உங்கள் இங்கிலீஷ் என்று சொல்லி, கச்சேரி மொழி பெயர்ப்பாளரைப் (இன்டர்ப்ரட்டர்) பார்த்து அவரை அவருடைய தாய் மொழியிலேயே பதில் சொல்லச் சொல்லு" என்றார். அதைக் கேட்ட ஆறுமுக நாவலர் அவமானமடைந்து விட்டார். பிறகு தமிழிலேயே கேள்விகள் கேட்கப்பட்டன. "உமக்கு இந்தக் கேசைப் பற்றி என்ன தெரியும்?" என்பதைப்போன்ற கேள்விக்கு விடையாக நாவலரவர்கள்,

"அஞ்ஞான்று எல்லியெழ நானாளிப் போதின்வாய்
ஆழிவரம்பணித்தே காலேற்றுக்
காலோட்டப் புக்குழி."

என்று நிறுத்தி அதை துரையவர்களுக்கு மொழி பெயர்த்துச் சொல்லச் சொன்னார்.

அதை குமாஸ்தா மொழிபெயர்க்க முடியாமல் முழி பெயர்க்க விழித்தார்.

"என்ன சொல்லுகிறார்?" என்று துரை கேட்டார்.

"அது எனக்குப் புரியவில்லை" என்றார் மொழி பெயர்ப்பாளர்.

"அவர் பேசுவது தமிழ்தானே ?" என்று கேட்டார் துரை.

"ஆம்" என்றார் யாழ்ப்பாணத்திலேயே பிறந்தவரான அந்த குமாஸ்தா.

"நீரும் தமிழர்தானே, உமக்கு ஏன் புரியவில்லை ?" என்றார் நீதிபதி.

"அவர் பேசுவது கடினமான தமிழாக இருக்கிறது. எனக்கு அது வழக்கமில்லை" என்றார் இன்டர்ப்ரட்டர்.

இந்தச் சமயத்தில் அங்கே உதவி பப்ளிக் பிராசிகியூட்டராக இருந்த ஒருவர் வந்தார். அவர் நாவலரிடத்தில் தமிழ்ப் பாடம் கேண்டுக் கொண்டவர். அவரைக் கண்டவுடன் நாவலர் அடே மயில் வாகனம்! இங்கே வா;

நான் சொல்லுவதை நீ மொழி பெயர்த்துச் சொல்லு என்றார்.

மயில்வாகனம் என்பவர் நாவலருக்குக் காட்டிய வணக்க ஒடுக்கத்தைக் கண்ட நீதிபதி வியந்தார். அதற்குப் பிறகுதான் ஆறுமுக நாவலரைப் பற்றிக் கேட்டறிந்து அவர் பைபிளை மொழி பெயர்த்தவர் என்பதைத் தெரிந்து அவர் ஆங்கிலத்திலேயே சாட்சியம் சொல்லலாம் என்று உத்தர விட்டாராம். ஆனால் நாவலர் ஆங்கிலத்தில் பேச மறுத்துவிடவே பிறகு மயில் வாகனம் என்பவரே மொழி பெயர்த்தாராம். அவருக்குச் சாதாரணத் தமிழில் நாவலர் சாட்சியம் சொன்னாராம்.

அதே யாழ்ப்பாணத்தில் இன்னொரு நிகழ்ச்சி:

சபாபதி நாவலர் என்பவரும் யாழ்ப்பாண வாசி. ஆறுமுக நாவலருக்குச் சமகாலத்தவர். வடமொழியிலும் தமிழிலும் மிகவும் வல்லவர். வட மொழியிலிருந்து அநேக நூல்களைத் தமிழாக்கியவர். திராவிடப் பிரகாசிகை என்ற ஒரு தர்க்க நூலை எழுதியவர். வியக்கத்தக்க சாமர்த்தியத்தோடு அதை எழுதியிருக்கிறார். அதில் தமிழ் என்ற பதம்தான் 'திராவிடம்' என்று மாறியது என்று வாதிக்கிறார். வாதிக்கும் சாமர்த்தியம் மெச்சத் தகுந்தது. ஆனால் அவருடைய தீர்ப்பு வாதத்துக்கு இடமுள்ளது. அவர் எப்போதும் எவ்விடத்தும் 'கடுந்தமிழ் தான் பேசுவார்.

யாழ்ப்பாணத்தில் 'முத்திரைச் சந்தை' என்ற ஒரு சந்தையில் அவரும் அவருடைய மாணக்கரில் சிலரும் சென்று கொண்டிருந்தார்கள். ஒரு தேங்காய்க் கடையில் நின்று, அங்கிருந்த பெண்மகளைப் பார்த்து சபாபதி நாவலர், "அம்மையே! நீவிர் தேங்காய்களை மாறல் எங்ஙனமோ ?!' என்றார். அந்த அம்மாளுக்கு அது புரியவில்லை.

"என்னாய்யா, என்னமோ உளறுரீங்கோ?' என்று கேட்டாள்.

அருகிலிருந்த மாணாக்கர்கள் அந்த அம்மாள் நாவலரை உளறுவதாகச் சொன்னதைக் கேட்டு வருந்தி, அந்தப் பெண்ணுக்கு அவர் பெருமையைச் சொல்லி நாவலர் தேங்காயின் விலை கேட்பதாகச் சொன்னார்கள். அது கேட்டு அந்த அம்மாள் விலையைச் சொன்னாள். அந்த விலை மிகவும் அதிகம் என்பதற்கு நாவலர்,

"சாலவும் மிகை; மூவிரு செப்புக் காசுகள் கோடி" என்றார்.

"கோடியாவது, கரையாவது, உங்க எலக்கண மெல்லாம் எனக்கென்ன தெரியும்? நல்லாச் சொல்லுங்களேன் என்றாளாம்" அந்த அம்மாள்.

இதற்குள் நாவலர் வேறொரு கடைக்குப் போய் விட்டாராம்.

இந்த இரண்டு நிகழச்சிகளையும் சொன்னவர் ஸ்ரீ பவானி ஆச்சியார் என்ற எண்பது வயதான அம்மையார். அவர் ஆறுமுகநாவலர் அவர்களுடைய மாணாக்கருள் ஒருவர். சிதம்பரத்தில் ஆறுமுக நாவலர் அவர்கள் ஸ்தாபித்து நடந்து வருகிற சேக்கிழார் மடத்தில் இன்றைக்கும் ஜீவந்தராக இருந்து வருகிறார்.

எழுபது ஆண்டுகளுக்கு முன்னால் கடுந் தமிழ்ப் பதங்கள் உலவி வந்த, இப்போதும் உலவி வருகிற யாழ்ப்பா ணத்திலேயே இந்த நடை புரியவில்லை யென்றால், இப்போது இங்குள்ள நமக்கு அது எப்படிப் பயன்படும்? இப்படிப்பட்ட நடையைத் தனித் தமிழ் என்று

எண்ணிக்கொண்டு எடுத்தாள்வது படித்தவர்களுடைய ஆராய்ச்சிக்கும் அறிவுக்கும் இன்பமளிக்கலாம் என்றாலும் உலகத்துக்கு உபயோகப் படாது. மொழிகளை உண்டாக்குவது பண்டிதரும் லக்கண வித்வான்களும்தான். ஆனாலும் அதை வளர்த்து வாழ வைக்கிறவர்கள் பாமர மக்களே. பாமரருக்குப் பழக்கமில்லாத எந்த நடையும் விரைந்து மறைந்து விடும்.

இதனால் நான் பிற மொழிப் பதங்களையே பெரிதும் உபயோகப்படுத்த வேண்டுமென்று சொல்லுவதாக எண்ணிவிடக் கூடாது. ஆனால் எல்லோருக்கும் எளிதில் புரியக் கூடிய எந்தப் பதத்தையும் அதைப் பிறமொழிப் பதம் என்பதற்காக விலக்க முயல்வது விரும் பத்தக்கதல்ல. மற்றவர்கள் இதைப் பற்றி எப்படி எண்ணினாலும் எழுத்தாளர்கள் கடின நடையை நீக்க வேண்டும். தமிழோடு தமிழாகக் கலந்துவிட்ட பிற மொழிப் பதங்களைப் பொறுக்கி நீக்குவது பிழை. உதாரணமாக தமிழுக்கு இயல், இசை, நாடகம் என்ற மூன்றும் அங்கமாகச் சொல்லிக்கொண்டு வருகிறோம். இவற்றுள் இயல், இசை என்ற இரண்டு பதங்களும் தமிழ்ப் பதங்கள். நாடகம் என்பது வடமொழிப் பதம். அது வடமொழிப் பதம் என்று சொன்ன பிறகுதான் அது வடமொழியா என்ற கேள்வி பல பேருக்குள் எழும். ஆம்; அது வடமொழிதான். இதைத் தமிழாக் கினால் 'கூத்து' என்றுதான் சொல்ல வேண்டும். கூத்து என்றால் மேடை இல்லாமல், படுதா இல்லாமல், சீன்கள் இல்லாமல், தெருக்களில் நடக்கும் கூத்துதான் நினைவுக்கு வருமேயல்லாமல் நாடக மேடை நமக்குத் தோன்றாது.

கலை என்ற சொல்லும் அப்படித்தான். கலா என்ற வடமொழிப் பதத்தின் தமிழ் வடிவம்தான் கலை: என்பது. 'கலை' என்பது வடமொழி சம்பந்தமுள்ளதாயிற்றே என்று எண்ணினால் அதற்கு மாற்றாக நல்ல தமிழ்ப் பதம் இப்போது வழக்கில் இல்லை.

கூடுமான வரையிலும் தமிழ்ப் பதங்களுக்கே இடந் தரவேண்டும் என்பது மிகவும் போற்றத் தகுந்த முயற்சி. அதை

நாம் ஆதரிக்கத்தான் வேண்டும். கலைச் சொற்கள் என்று எவருக்கும் புரியாத வடமொழிப் பதங்களைக் கொண்டு வந்து தமிழில் திணிக்க விடுவதைக் காட்டிலும் 'வானொலி ' என்பதைப்போன்ற நல்ல தமிழ்ப் பதங்களை உண்டாக்க வேண்டும் என்பது சிறந்த முயற்சி.

திசைச் சொல் இலக்கணம்

தமிழ் நாட்டில் சங்கீதக் கச்சேர்களில் தமிழ்ப் பாட்டுகளுக்கே அதிக இடம் கொடுக்க வேண்டும் என்பதும் மிகவும் சரியான கோரிக்கை.

ஆனால் பிறமொழிப் பதங்கள் என்பதற்காக மட்டும் எதையும் வெறுத்து விலக்க வேண்டும் என்னும் பிரசாரத்தையும் விலக்க வேண்டும். அப்படிப்பட்ட பிரசாரங்களில் கலந்திருக்கிற அன்பற்ற வம்பு நிறைந்த வார்த்தைகளை எண்ணித் தான் சொல்லுகிறேன். இவற்றை எல்லோரும் எண்ணிப் பார்க்க வேண்டும். தனித் தமிழ் என்று ஒரு தமிழ் இல்லையானாலும் தமிழுக்குத் தனித் தன்மையான சிறப்புண்டு. அது ஏனைய மொழி எதற்கும் இல்லாத சிறப்பு. தமிழின் தனிமை அதிலேதான் இருக்கிறது. அது என்னவென்றால், எந்த திசைச் சொல்லையும் தன் இனத்தோடு சேர்த்து வாழ வைத்தல். பிறமொழிப் பதங்கள் கலக்கத்தான் நேரும். பிறமொழியிலுள்ள நல்ல கருத்துக்களையும் சேர்த்துக் கொள்ளத்தான் வேண்டும். அப்படிச் சேர்த்துக் கொண்டால்தான் மொழி செழித்து வளர்ந்து இறவாமல் இருக்குமென்று எண்ணியே நம் முன்னோர்கள் தமிழ் இலக்கணத்தில் 'திசைச் சொல் இலக்கணம்' என்ற பகுதியைச் சேர்த் தார்கள்.

இந்த இலக்கண வசதியால் பிற்காலத்திய புலவர்கள் தமிழுக்கே தனிச் சிறப்பான பலவித சந்தங்கள் உள்ள புதுப்புதுப் பிரபந்தங்களை உண்டாக்கினார்கள். அந்தப் பிரபந்தங்களின் வகைகள் கோவை, உலா, அந்தாதி, கலம் பகம், மும்மணிக்கோவை, நான்மணிக் கோவை, இரட்டை மணிமாலை, நான் மணிமாலை பிள்ளைத்தமிழ், தூது என 96 வகைப்படும். இந்தப் பிற்கால இலக்கியங்களில் அடங்கியுள்ள சந்தங்கள் தமிழுக்கே சொந்தம். வேறு மொழிகளும் அதற்கு இடந்தரக் கூடிய இலக் கணமுள்ளவை

அல்ல. பிற்காலப் பிரபந்தங்களில் பொதிந்து கிடக்கும் இலக்கியச் சுவைகள் எண்ண முடியாதவை. இக்காலத்தில் தமிழ் படித்து விட்டதாகத் தருக்குகின்றவர்களுக்குள் பெரும்பாலோரும் இவற்றைப் பார்த் திருக்கவே மாட்டார்கள்.பிற்காலத்திய இலக்கியங்களை இகழ்ந்து பேசுகிறவர்களுக்கு இப்படி தொண் ணூற்றாறு வகைப் பிரபந்த தினுசுகள் தமிழில் இருப்பது கூடத் தெரியாது. தெரிந்திருந்தாலும் படித்திருக்க மாட் டார்கள். படித்திருந்தால் வெறும் கட்சிச் சண்டையைக் கருதி மனச் சாட்சியை மறுப்பதேயாகும்.

தமிழும் ஆரியமும்

தமிழும் வட மொழியும் தனித்தனி மொழிகளாக இருந்திருக்கின்றன என்பது மட்டும் தெரிகிறது. ஆனால் தமிழில் சம்ஸ்கிருதம் எப்போது கலந்ததென்று எவராலும் சொல்ல முடியாது. வடமொழியிலுள்ள இலக்கணக் குறைவு தமிழில் கலக்கக் கூடாதென்றே வடமொழி இலக்கணத்தை நன்றாக அறிந்த தொல்காப்பியனார் எல்லா விதத்திலும் வடமொழி இலக்கணத்துக்கு முற்றிலும் வேறான இலக்கணத்தைத் தமிழுக்குச் செய்ததாகத் தொல்காப்பியத்துக்குப் பாயிரம் பாடின பனம்பறனார்.

"வடவேங்கடம் தென்குமரி ஆயிடை
தமிழ் கூறும் நல்லுலகத்து மயங்கா
மரபின் எழுத்து முறை காட்டி
மல்கு நீர் வரைப்பின் ஐந்திரம் நிறைந்த தொல்காப்பியன் எனத்
தன்பெயர் தோற்றிப்
பல்புகழ் நிறுத்த படாமை யோனே!"

என்று பாடியுள்ளார். இதில் கூறப்படும் 'ஐந்திரம்' என்பது இந்திரனால் செய்யப்பட்டதாகச் சொல்லுகிற ஒரு சம்ஸ்கிருத இலக்கண நூல். இதில் ஐந்திரம் என்னும் இலக்கணத்தை நன்றாக அறிந்த தொல்காப்பியர் தமிழுக்கு மயங்கா மரபின் எழுத்து முறை காட்டினான் என்பது குறிப்பிடத் தகுந்தது.

இப்படித் தனி இலக்கணத்தோடு திகழ்ந்த தமிழில் எப்போது வடமொழி கலந்தது என்று சொல்ல முடியவில்லை. இது எதனால் என்றால், வடமொழி கலவாத் தமிழ் இலக்கியம் என்று சொல்லப்படுகிற புறநானூறு ; என்ற நூலுக்கு முன்னாலேயே தமிழ் மக்களுள் வடமொழி சம்பந்தங்கள் வந்துவிட்டதாக நிச்சயமாகத் தெரிகிறது. எப்படியென்றால் 'புறநானூறு என்ற நூலில் உள்ள சில தமிழ்ப் புலவர்களின் பெயர்களையும் அரசர்களின் பெயர்களையும் பாருங்கள்

புலவர்கள்: (1) பிரமர் (2) பெருந்தேவனார் (3) பெருஞ் சித்திரனார் (4) பெரும்பதுமனார் (5) மார்க் கண்டேயனார் (6) வான்மீகியார்

அரசர்கள்: (1) தரும புத்திரன் (2) சோழன் நல்லுருத்திரன் (3) பாண்டியன் பலியாகசாலை முதுகுடுமிப் பெரு வழுதி- என்பன.

இந்தப் பெயர்கள் 'புறநானூ'றி லுள்ள செய்யுள்களைச் செய்த புலவர்களுடைய பெயர்கள்தான் என்றாலும் இந்தப் பெயர்கள் எல்லாம் வடமொழி சம்பந்தமுடையனவாக இருக்கின்றன. எனவே இவர்கள் காலத்துக்கு முன்னாலேயே வடமொழிப் பெயர்கள் வழக்கத் துக்கு வந்துவிட்டதை இது காட்டுகிறது. போப் துரையும் கால்ட்வெல் துரையும் சுத்தமான தமிழ் எழுதியிருக்கிறார்கள். என்றாலும் அவர்கள் இருவரும் ஆங்கில சம்பந்த முள்ளவர்கள் என்பதை அவர்களுடைய பெயர்களே காட்டவில்லையா? அதைப் போலத்தான்.

ஆகையினால் 'புறநானூறு' காலத் துக்கு மூன்னாலும், தொல்காப்பியர் காலம் என்று மதிக்கப்படுகிற நாலாயிரம் ஆண்டுகளுக்கு முன்பே வட மொழி சம்பந்தம் தமிழுக்கு வந்து விட்டது கண்கூடாகத் தெரிகிறது.

இனி வடமொழிப் பதங்களும் அப்பதங்களைக் காட்டிலும் வடமொழிக் கருத்துக்களும் தமிழில் கலந்ததை கவனிப்போம்.

தமிழுக்குத் தலைசிறந்த நூல்களுள் முதன்மை பெற்ற திருக்குறளில் 'அகரம் முதல் எழுத்தெல்லாம் ஆதி பகவன் முதற்றே உலகு' என்ற முதற் குறளில் ஆதி 'பகவன்' என்பதில் வடமொழிப் பதங்கள் கலந்திருப்பது மட்டுமல்லாமல் பின்னாலுள்ள குறள்களில் வடமொழிக் கருத்துக்களும் கதைகளும் சம்பந்தப்பட்டிருக்கின்றன. 'இந்திரனே சாலும் கரி' என்று சொல்லுகிறார், 'மடியிலா மன்னன் எய்தும் அடியளந்தான் தா அயது எல்லாம் ஒருங்கு' என்னும் குறளில்

அடியளந்தான்' என்பது மூன்றடி மண் கேட்டு இரண்டே அடியில் மண்ணையும் விண்ணையும் அளந்து விட்ட திருவிக்கிரம நாராயணன் கதை வருகிறது.

காமத்துப்பாலில் 'தாம் வீழ் வார் மென்தோள் துயிலின் இனிது கொல் தாமரைக் கண்ணான் உலகு?' என்று வைகுண்டத்தைப்பற்றிக் குறிப் பிடுகிறார். இது நிற்க.

இரண்டாயிரம் ஆண்டுகளுக்கு முன்னால் இயற்றப்பட்ட சிலப்பதிகாரம் என் னும் தமிழின் ஐம்பெருங் காப்பியங்களில் ஒன்றாகிய நூலைப் பார்ப்போம். இது தமிழ் நாட்டு மன்னர்களாகிய சோழன், பாண்டியன், சேரன் என்ற மூவரையும் சம்பந்தப் படுத்தி, அந்த மூன்று தமிழ் நாடுகளிலும் நடந்த ஒரு தமிழ்க் கதையைச் சொல்லுவது. இதை இயற்றியவர் சேர நாட்டு இளவரசனாகிய இளங்கோ வடிகள். இந்த நூலில் வடமொழிப் பதங்கள் சிலவே. ஆனால் இதில் வடமொழிக் கருத்துக்கள் நிரம்ப வந்திருக்கின்றன.

சில உதாரணங்களை மட்டும் பார்ப்போம். பல நூறு ஆண்டுகளாகத் தமிழர்கள் 'பத்தினிக் கடவுள்' என்று பணிந்து வந்திருக்கிற கண்ணகியின் கதையைப் படிக்கத் தெரியாதவர்களும் அறிவார்கள். கோவலனும் கண்ணகியும் காவிரிப்பூம் பட்டினத்தை விட்டு மதுரைக்கு வந்து மதுரையின் எல்லைப் புறத்திலுள்ள ஆயர்பாடியில் மாரி என்ற மங்கையின் ஆதரவு பெற்று அவள் வீட்டில் தங்குகிறார்கள். மாரியின் மகள் ஐயை என்பவள் கண்ணகிக்கு பணிப் பெண் போல் உதவினாள். அவளுடன் அந்த வீட்டில் கண்ணகியை விட்டு விட்டு கோவலன் சிலம்பு விற்க மதுரைக்குப் போய் விடுகிறான். போன கோவலன் திரும்பி வரவில்லை. மாதரிக்குப் பல கெட்ட சகுனங்கள் தோன்றுகின்றன. ஏதோ உற்பாதம் வரப் போகிறதென்று அஞ்சி ஆயர்கள் கண்ணகியின் நலத்தைக்கோரி மகாவிஷ்ணுவைக் கருதி உற்பாதங்களுக்கு உபசாந்தியாக 'குரவை' என்னும் கூத்து நடித்து மாயவனை வணங்குகிறார்கள். அங்கே வருகின்ற சில வரிகளை மட்டும் பாருங்கள்.

'கன்று குணிலாக் கனியுதிர்த்த மாயவன்'
பாம்பு கயிறாக் கடல் கடைந்த மாயவன்.
கொன்னையஞ் சாரல் குருந்தொசித்தான் மாயவன்
கோகுலம் மேய்த்துக் குருந்தோசித்தான் என்பவரால்'

என்பன.

பின்னும் கீழே காணப்படும் மூன்று பாட்டுகளையும் முழுசாகப் பாருங்கள்.

மூவுலகு மீரடியால் முறை நிறம்பா வசை
முடியத்
தாவியசே வடிசேப்பத் தம்பியோடுங் கான்
போந்து
சோவரணும் போர் மடியத் தொல்லிலங்கை
கட்டழித்த
சேவகன் சீர்கேளாத செவியென்ன செவியே திருமால்
சீர்கேளாத செவியென்ன செவியே பெரியவனை மாயவனை
பேருலக மெல்லாம் விரிகமல வுந்தியுடை விண்ணவனைக்
கண்ணைத்
திருவடியும் கையும் கனிவாயும் செய்ய கரியவனைக் காணாத
கண் என்ன கண்ணே கண்ணிமைத்துக் காண்பார்தம் கண்
ணென்ன - கண்ணே
மடந்தாழு நெஞ்சத்துக் கஞ்சனார் வஞ்சம் கடந்தானை
நூற்றுவர்பால் நாற்றிசையும் பொற்றத்
தொடர்ந்தா ரணமுழங்கப் பஞ்சவர்க்குத்
நடந்தானை ஏத்தாத நாவென்ன நாவே
நாராயணா வென்ற நாவென்ன தாவே.

இந்தப் பாட்டுகளால் இரண்டாயிரம் வருடங்களுக்கு முன்னாலேயே வடமொழி இலக்கியங்களான பாரதத்தையும் இராமாயணத்தையும் தமிழர்கள் எவ்வளவு உரிமையோடு எடுத்தாண்டிருக்கிறார்கள் என்பது மிகவும் தெளிவாகத் தெரிகிறது. இரண்டாயிரம் ஆண்டுகளுக்கு முன்னால் எழுதப்பட்ட தமிழ் இலக்கியத்தில் இந்தக் கதைகள்

இவ்வளவு சிறப்பாக இடம் பெற்றிருக்கின்றன என்றால், அந்த இரண்டாயிரம் ஆண்டுகளுக்கு எவ்வளவு காலத்துக்கு முன்னாலேயே தமிழர்களுடைய வாழ்வில் இந்தக் கதைகள் கலந்திருக்க வேண்டும் என்பதை எண்ணிப் பாருங்கள். எந்த ஆரியன் இந்த வடமொழிக் கதைகளை மூட்டை கட்டிக்கொண்டு வந்து தமிழில் புகுத்தியிருக்க முடியும்? தமிழைக் கெடுக்க எண்ணிய இளங்கோவடிகளின் கையைப் பிடித்து இவற்றை எழுதக் கட்டாயப்படுத்தியிருக்க முடியும்? ஆகையால் இந்த ஆரியக் கதைகளை யாரோ வடநாட்டார் வந்து தமிழில் புகுத்தி விட்டார்கள் என்பது வெறும் பொய்.

சிலப்பதிகாரத்தின் காலத் துக்கு வெகு காலம் முந்தினதாகச் சொல்லப்படுகிற தொல்காப்பியத்தில் நிலப்பரப்பை - முல்லை, குறிஞ்சி, மருதம் நெய்தல்,பாலை என்ற ஐந்து இனங்களாகப் பிரித்து, அவற்றுள் பாலை என் பது மக்களுக்குப் பயனற்றதான வெறும் மணற்பரப்பாக இருப்பதால் அதை நீக்கிவிட்டு மற்ற நான்கையும் மட்டும் வசிப்பதற்குத் தகுந்தனவென்று ஒன்று சேர்த்து, நானிலம் - நான்கு நிலங்கள் - என்று தமிழிலக்கியங்களில் உலகம் குறிப்பிடப்பட்டு வந்திருக்கிறது. இந்த நிலத்திணை வகுப்புத் தமிழுக்கே தனி வழக்கமானது. மற்ற எந்த மொழி இலக்கியத்திலும் இந்தத் திணை வகுப்பைக் காண முடியாது. இந்த நான்கு இனத்துக்கும் வெவ்வேறு வழக்கங்களும், தொழில்களும் தெய்வங்களும் வகுக்கப்பட்டிருக்கின்றன. அந்தத் தெய்வங்கள் எல்லாம் வடமொழி சம்பந்தமான தெய்வங்களாகவே இருக்கின்றன. அதன் உண்மையை இந்த நான் நிலங்களின் அதிகாரத் தேவதைகளைக் குறிப்பிடும் முறையில்,

"மாயோன் மேய காடுறை உலகமும்
சேயோன் மேய மைவரை உலகமும்
வேந்தன் மேய தீம்புன லுலகமும்
வருணன் மேய பெருமணல் உலகமும்"

என்று தொல்காப்பியம் குறிக்கிறது. இந்தத் தெய்வங்கள் முறையே திருமாலையும், குமரக் கடவுளையும், இந்திரனையும், வருணனையும் குறிப்பன. இவர்கள் நால்வரும் வடமொழியிலுள்ள தெய்வங்கள். இன்றளவும் தமிழ் நாட்டு மக்கள் இந்தத் தெய்வங்களை வழிபட்டு வருகிறார்கள். இந்தத் தெய்வங்களை நம் வாழ்க்கையில் சேர்த்துவிட்ட வட நாட்டான் யார்? இப்போது தமிழ் நாட்டின் கோயில்களில் கும்பிடப்பட்டு வரும் இந்தத் தெய்வங்களை யெல்லாம் நீக்கி விட்டால் நமக்கு மிஞ்சுவது வீரன், இருளன், காட்டேரி பாவாடை முதலிய தெய்வங்கள்தான்.

ஆரியரும் திராவிடரும்

இந்த ஆரியர்கள் யாரோ, திராவிடர்கள் யாரோ, உண்மை அறியவே முடியவில்லை. இதைப் பற்றி ஆராய்ச்சி சொன்னவர் அத்தனை பேரும் அவரவர்களுடைய அனுமானங்களையே ஆதாரமாக்கி ஒவ்வொருவரும் புதுப்புது சிக் கலைத்தான் புகுத்தினார்களேயன்றி ஒருவராவது உண்மையைக் கண்டு விட்ட தாகத் தெரியவில்லை.

ஆரியர்கள் என்ற ஒரு குலத்தார் வடதுருவத்திலிருந்து கொஞ்சம் கொஞ்சமாகத் தெற்கே வந்து பரவினதாக நெடுநாளாக ஆராய்ச்சிக்காரர்கள் அழுத்திச் சொல்லி வருகிறார்கள்.இன்றும் பல புது ஆராய்ச்சிக்காரர்கள் முன்னே சொன்னது முற்றிலும் தவறு என்று கூறி, இந்த ஆரியர் என்ற இனத்தார் தெற்கே இருந்துதான் வடக்கே போனார்களே ஒழிய வடக்கே யிருந்து தெற்கே வரவில்லை யென்று பலப்பல நூதன ஆதாரங்களுடன் பலமாக. வாதாடுகிறார்கள்.

வடமொழிக்கும் தென்மொழிக்கும் வேற்றுமை தெரிகிறது.

வட நாட்டுப் பழக்க வழக்கங்களுக்கும் தென்னாட்டுப் பழக்க வழக்கங்களுக்கும் வித்தியாசம் தெரிகிறது. வடதேசத்துப் பண்புகளுக்கும் தென் தேசத்துப் பண்புகளுக்கும் உள்ள பேதமும் தெரிகிறது. இப்படியே மற்ற வேறு பாடுகளும் விளங்குகின்றன. ஆனால், இந்த ஆரியனும் திராவிடனும் யாரென்பது மட்டும் தெரியவில்லை. 'கங்காதரா மாண்டாயோ' என்ற கதை போல ஒருவரைக் கேட்டு ஒருவர் இதைக் கண்டு விட்டவர்கள் போலவே நாமெல்லோரும் கத்திக்கொண் டிருக்கிறோம். இந்த ஆரியர்கள் வெகு உயர்ந்த இனம் என்று யாரோ சொன்னதை எண்ணிக் கொண்டு தமிழர்களும் வெகு காலமாகத் தங்களை ஆரியர்களோடு ஒப்பிட்டுச் சொல்லிக் கொள்வதில் பெருமை கொண்டிருந்தார்கள். ஆரியர்கள் மிக உயர்ந்தவர்கள் என்ற

எண்ணத்தை வைத்துக் கொண்டுதான் ஹிட்லரும் இந்த கதியடைந்து ஜெர்மனியும் சீர்குலைந்தது.

மற்ற நாடுகளை விட்டுவிட்டுத் தமிழ் நாட்டை மட்டும் எடுத்துக்கொண்டால் தமிழ் நாட்டில் இப்போது வசிக்கும் எவர் ஆரியர், எவர் திராவிடர் என்று யாராலும் சொல்ல முடியாது. தமிழ்நாட்டிலுள்ள பார்ப்பனர்களை ஆரியர் என்று சிலர் நினைக்கின்றார்கள். தமிழ் நாட்டிலுள்ள பார்ப்பனர்கள் ஆரியர்கள் என்று, அவர்களே எண்ணிக் கொண்டாலும் சரி, அல்லது மற்றவர்கள் எண்ணினாலும் சரி அது வெறும் மயக்கம்தான். தமிழ்நாட்டிலுள்ள பார்ப்பனர்கள் ஆரியர்கள் என்றால் அந்த ஆரியர்கள் எப்போது இங்கு வந்தார்கள்? சிலப்பதிகாரத்தில் கண்ணகிக்கு உற்ற தோழியாக இருந்த தேவந்தி என்னும் பார்ப்பனப் பெண்ணும் அவளுடைய கணவன் சாத்தனும் வடக்கேயிருந்து வந்த ஆரியர்களா? உக்ர பாண்டியன் ஆட்சியில் கடைச் சங்கத்தில் பல பார்ப்பனப் புலவர்கள் இருந்திருக்கிறார்கள். அவர்களெல்லாம் ஆரியர்களா? எங்கிருந்தோ பாண்டிய நாட்டுக்கு வந்து பண்டிதர் களாகி சங்கப் புலவர்கள் ஆகிவிட்டவர்களா?

தமிழ் இலக்கியம் கண்ட நாள் முதல் தமிழ்நாட்டில் பார்ப்பனர்கள் இருந்து வந்திருக்கிறார்கள் என்பதை எவரும் மறக்க முடியாது. இந்தப் பார்ப்பனர் களை ஆரியர்கள் என்றும் வடக்கே யிருந்து வந்து புகுந்து கொண்டவர்கள் என்றும் வெறும் வம்பு பேசுகின்றோம்.

உண்மையில் தமிழ் நாட்டில் ஆரியர்களும் இல்லை, திராவிடர்களும் இல்லை. ஆரியர்கள் இல்லையென்றாலும் திராவிடர்கள் இல்லையென்பது எப்படி என்று நீங்கள் திடுக்கிடலாம். ஆனால் சற்று நிதானித்துப் பாருங்கள். திராவிடம் என்ற பதம் தமிழ்ப் பதமல்ல; இந்தியாவின் வடபாகத்தை வடமொழிக்காரர் கள் ஆரியா வர்த்தம் என்று சொல்லிக் கொண்டார்கள். அதே வடமொழிக் காரர்கள் இந்தியாவின் தென்பாகத்தை திராவிடம் என்று சொன்னார்கள் : தமிழ் நாட்டையும் தமிழர்களையும்

குறிக்கின்ற இடங்களிலெல்லாம் வடமொழிக்காரர்கள் திராவிடம் என்ற பதத்தைத்தான் உபயோகப்படுத்தி யிருக்கிறார்கள். இந்த திராவிடம் என்ற சொல் எங்கிருந்து எப்படி வந்தது என்றால் அது அவர்களுக்கே தெரியாது. திராவிடம் என்ற சொல்லும் ஆர்யாவர்த்தம் என்ற சொல் எப்படி வந்ததோ அப்படித்தான் வந்திருக்கும். என்ன காரணத்தாலோ வட நாட்டை ஆரியாவர்த்தம் என்றார்கள். அப்படியே தென்னாட்டை அவர்களே திராவிடம் என்று சொன்னார்கள். பின்னால் வந்தவர்கள் இந்த இரண்டு பாகத் தையும் சேர்த்து இமயம் முதல் குமரி வரைக்கும் உள்ள நாட்டை ஆரியதேசம் என்று சொல்லிவிட்டார்கள். பிற்காலத்திய தமிழ் இலக்கியங்களிலும் இந்தியாவை ஆரியநாடு என்று அநேக இடங்களில் சொல்லப்படுகிறது. சுப்பிரமணிய பாரதியாரும் "ஆரிய பூமியில், நாரியரும் நர, சூரியரும் சொலும், வீரிய வாசகம் வந்தேமாதரம்" என்று பாடு கிறார்.

எனினும் ஆரியர்', 'திராவிடர் என்ற இரண்டு பதங்களும் தமிழுக்கு அன்னியமானவை. தமிழ் இலக்கியங்களில் எந்த இடத்திலும் தமிழனை திராவிடர் என்று சொன்னதில்லை. தமிழன் தன்னை 'திராவிடன் என்று சொல்லிக்கொண்டால் அவன் கூசாமு தன்னை 'ஆரியன்' என்றும் சொல்லிக் கொள்ளலாம். யாரோ ஒருவர் நம்மை என்னவோ என்று கூப்பிட்டால் அந்த 'என்னவோ' என்பது நம் பெயராகி விடுமா? உதாரணமாக இங்கிலாந்தைச் சேர்ந்த ஒருவனை நாம் 'ஆங்கிலேயன்' என்று சொல்லுகிறோம். இதனாலேயே அவன் தன்னை 'ஆங்கிலேயன்' என்று சொல்லிக்கொள்ள சம்மதிப்பானா என்பதை எண்ணிப் பாருங்கள்.

இனி, தமிழ்நாட்டில் நெடுங்கால இருந்து வரும் பார்ப்பனர்கள் யார் என்பதைப் பார்ப்போம்:

வெகு காலமாகத் தமிழர்கள் திரை கடலோடித் திரவியம் தேடினவர்கள். திரவியத்தைமட்டு மல்லாமல் அயல் நாடுகளில் அங்கங்கே யிருந்த கலையறிவுகளையும் திரட்டிக்

கொண்டு வந்து தங்களுடைய தனி நாகரிகத்தையும் பண்புகளையும் வளர்த்தவர்கள். அறிவுகளைத் தேடுவதிலும் அறிவாளிகளை ஆதரிப்பதிலும் தமிழர்களுக்கு மிஞ்சியவர்கள் தரணியில் இருந்ததில்லை. அந்த அருங்குணத்தால் வட மொழியில் இருந்த பல நல்ல ஆன்ம விசாரணைக்கான சாஸ்திரங்களையும் கதைகளையும் தமிழ் நாட்டுக்குப் பயன்படுத்திக்கொள்ள வேண்டுமென்று ஆர்வங்கொண்டு வடமொழிப்படிப்பை தமிழ் நாட்டில் போற்றி வளர்ந்தார்கள். அதற்காக வடமொழியை நன்றாகப் படித்து அதிலுள்ள அறிவுகளைத் தமிழ் மக்களிடை பரவச் செய்வதே வாழ்க்கையாகக் கொள்ளும்படி தமிழ் நாட்டு மக்களுள் ஒரு சிறு தொகுதியை அதற் கென்றே ஏற்படுத்தினார்கள். அப்படி ஏற்படுத்தப்பட்ட வடமொழி ஆராய்ச்சிக் காரர்களுக்கு சேர, சோழ, பாண்டிய மன்னர்கள் தனியாக மானியங்களையும் மரியாதைகளையும் ஏற்பாடு செய்தார்கள். இந்த வழக்கம் இன்றைக்கும் செட்டிமார் நாட்டில் இருந்து வருவதைக் கண்ணாரப் பார்க்கலாம். அனேக செட்டிமார்கள் தங்கள் சொந்தச் செலவில் ஒரு கோவிலைக் கட்டி அருகே ஒரு குளத்தை வெட்டி அதைச் சுற்றிலும் ஒரு அக்ரஹாரத்தைக் கட்டி, அதில் வட மொழி வேத பாடசாலை ஒன்றை உண்டாக்கி, அந்தக் கோயிலுக்கு வேண்டிய மானியத்தைக் கொடுத்து, வேத பாடசாலைக்கு வேண்டிய எல்லா உதவிகளையும் நிரந்தரமாக்கி, அந்த வீடு களைப் பார்ப்பனர்களுக் கென்றே இலவசமாக விட்டு, அவர்களில் சிலரை அந்தக் கோயிலுக்குப் பூசாரிகளாக இருக்கச் செய்து, கோயில் திருவிழாக்களை நடத்த திரவிய சகாயமும் செய்து வைத்திருக்கிறார்கள். இந்தப் பழக்கத்தை ஓர் உயர்ந்த தர்மமாகச் செய்து வைக்கிறார்கள். இது இன்று நேற்று ஏற்பட்ட வழக்கமல்ல. நெடுங்காலத்துக்கு முன்னால் தமிழ்நாட்டு வேந்தர்களும் குறுநில மன்னர்களும், பணக்காரர்களும் செய்து வைத்த பழக்கம்.

இப்படி, ஆரியமொழி என்று சொல்லப் பட்ட சம்ஸ்கிருத நூல்களைப் படித்து அவற்றிலுள்ள நல்லறிவுகளைத் தமிழர்

களுக்குச் சொல்லுவதற்கென்றே ஒதுக்கப்பட்ட ஒரு தொகுதியார் அந்த வட மொழியையே அதிகமாகப் படித்து வந்தார்கள். அவர்களுக்குத் தாய் மொழி தமிழ் தான் என்றாலும் வடமொழியைத் தான் அவர்கள் வருந்திக் கற்றார்கள். ஏனெனில் அதிலேதான் அவர்களுடைய பிழைப்புக்கு வழி இருந்தது. அவர்களுடைய வாழ்க்கைக்கு வேண்டிய வசதிகளையெல்லாம் மன்னவனும் மற்றத் தமிழர்களும் சேர்ந்து தனியாகச் செய்து வைத்து, ஊரின் ஒரு தனிப்பகுதியில் இவர்களை ஒரு தனி இனமாக வைத்துத் தாங்கி வந்தார்கள். தமிழ் சமூகத்திலுள்ள மற்றவர்களை விட்டு விலக்காக வாழ்ந்து வந்ததினால் இவர்கள் தங்களுக்கென்று ஒரு தனியான பழக்க வழக்க சம்பிரதாயத்தை உண்டாக்கிக் கொள்ள நேர்ந்தது. அந்த சம்பிரதாயங்களைச் சரியென்று மற்ற தமிழர்களும் மதிப்புக் கொடுத்து வந்தார்கள். கொஞ்சங் கொஞ்சமாக இவர்கள் தங்களை ஒரு தனி இனமாகவே எண்ணிக் கொண்டு தாங்கள் புதிதாக மேற்கொண்ட பழக்க வழக்கங்களே தங்கள் குல வழக்க மென்றும், தாங்கள் புதிதாகக் கற்றுக் கொண்ட வட மொழியே தங்களுடைய வம்ச பாஷை என்றும், அந்த வடமொழியிலுள்ள ஆரிய குலம் கோத்திரங்க ளையே தங்களுடைய குலம் கோத்திரங்களாகவும் பழகிக் கொண்டு, மற்ற தமிழர்களை விட்டு வேறாக விலகிவிட்டார்கள். அன்றியும் தாங்கள் மற்றவர்களைக் காட்டிலும் உயர்ந்தவர்கள் என்றும் எண்ணிக் கொண்டார்கள். மற்ற தமிழர்களும் அதை ஒப்புக் கொண்டு மரியாதை செய்து வந்தார்கள். தமிழர்களுடைய வாழ்க்கையின் எல்லாத் துறைகளிலும் அவர்களுக்கு ஆதிக்கம் அளிக்கப் பட்டது.

அந்தச் சிறு தொகுதியின் வழி வந் தவர்களே இங்குள்ள பார்ப்பனர்கள். இவர்கள் எங்கேயோ இருந்து வந்து தமிழ்நாட்டில். திடீரென்று புகுந்து கொண்டவர்கள் அல்ல. அன்றியும் அவர்கள் கோயில்களுக்கு குருக்கள் ஆனதும், தமிழர் வீட்டுச் சடங்குகளுக்குச் சாஸ்திரிகளானதும் மன்னவர் களுக்கு மந்திராலோசனை சொன்னதும் அவர்களுடைய

சொந்த முயற்சியால் நேர்ந்துவிட்ட சூதுகள் அல்ல. பாண்டியனும், சோழனும், சேரனும், பார்ப்பனரல்லாத மக்களின் உழைப்பைக் கொண்டு கட்டிவைத்த கலா நிலயங்களான கோயில்களில் இந்தப் பார்ப்பனர்கள் ஆதிக்கம் பெற்றுவிட்டது அவர்களுடைய தந்திரத்தாலோ மந்திரத் தாலோ அல்ல. அக்காலத்திலிருந்த தகுதியினால் தமிழ் மன்னர்களும் தமிழ் மக்களும் தாங்களாகவே தந்த பெருமை. பார்ப்பனர்கள்தான் உயர்ந்தவர்களாக இருக்கவேண்டும் என்பது என் கட்சியல்ல. எல்லா வகுப்பினர்களும் சிறப்படைய வேண்டும். ஆனால் அதற்காக ஒரு வகுப்புக்கும் சிறுமை செய்ய வேண்டியதில்லை.

இவைகளையெல்லாம் இவ்வளவு விரிவாக நான் சொல்ல நேர்ந்த கார ணம் பார்ப்பனர்களுக்காகப் பரிந்து பேசுவதற்காக அல்ல. பார்ப்பனர்கள் தங்களைத் தாங்களே பார்த்துக் கொள் வார்கள். நான் பரிந்து பேசுவது மற்றவர்களுக்காகத்தான். நம்மில் சிலர் இந்தப் பார்ப்பனர்களை 'எங்கிருந்தோ வந்து விட்ட ஆரியர்கள்' என்றும் மற்றத் தமிழர்களை 'திராவிடர்கள் என்றும் திரித்துக் கூறி, பார்ப்பனர்கள் அல்லாத தமிழர்களுக்குள் வளர்த்து வரும் மனக்கசப்பை மாற்றுவதற்கான முயற்சிகளில் எழுத்தாளர்களுடைய கவ னத்தை இழுக்க வேண்டும் என்பதே என் கருத்து.

ஒரு பார்ப்பன ரல்லாதவர் - இயல்பாக வெகு நல்ல குணம் உள்ளவர் வெறும் கட்சி பேசும் காரணத்தினால் சொன்னார் - "இந்த ஆரியப் பார்ப் பனர்களை யெல்லாம் யூதர்களை ஹிட்லர் ஜெர்மனியிலிருந்து ஒழித்ததைப் போலத் தமிழ் நாட்டிலிருந்து ஒழித்து விட வேண்டும்" என்று. இந்த உபமானம் மிகவும் வருந்தத் தக்க உப மானம். ஹிட்லர் யூதர்களை ஒழித்ததையும் அதன் பின் நேர்ந்துள்ள விளைவு களையும் ஒரு கண நேரமாவது சிந்தித் துப் பார்க்கும் திறமை யுள்ளவர்கள் இப்படிச் சொல்ல மாட்டார்கள்.

இப்படிப்பட்ட எண்ணங்களுக்கு இடம் கொடுப்பதும் மிகவும் பாவம். ஆனால் 'பாவம்' என்று பயப்படுகிறவர்

இப்போது யார் இருக்கிறார்கள் என்று நாம் எண்ணலாம். எனினும் இந்த 'பாவம்' 'புண்ணியம்' என்ற பதங்களின் அவசியம் மீண்டும் உலகத்தில் விரைவில் உண்டாகுமென்றே நம்பலாம். "பாவிகளே! உங்கள் பாவங்களை மன்னிக்கும்படி ரக்ஷகனிடத்தில் பணிந்து விண்ணப்பம் செய்யுங்கள். பரம பிதா உங்களை ரக்ஷிப்பான்" என்று ஏசுநாதர் பன்னிப் பன்னிச் சொன்னார். ஆனால் இந்த உபதேசங்கள் அடங்கிய பைபிளை எல்லாக் கிருஸ்துவ நாடுகளிலும் அழகாக அச்சடித்து மாதா கோயிலுக்குப் போகும்போது அலங்காரமாகப் பிடித்துக் கொண்டு போவதற்கு ஒரு அணியாகத்தான் உபயோகித்தார்கள். ஜப்பான் மீது அணு குண்டை வீசி ஒரு நகரத்தையே நாசமாக்கி விஸ்தாரமான பிரதேசத்தை வேகடித்த போதுதான் இந்தக் கிருஸ்துவ நாடுகளெல்லாம் அப்படி அணுகுண்டைப் போட்டது 'மிகவும் பாவம்,பாவம்' என்று பதறினார்கள். ஏனென்றால் அந்த அணுகுண்டு, தங்கள் தலையிலும் விழலாம் என்ற பயம் வருகிற போது அதைத் தடுத்துக் கொள்ள இந்த 'பாவம்' என்ற பதத்தைத் தவிர வேறு பரிகாரம் இல்லை.

தமிழ் நாட்டிலுள்ள பார்ப்பனர்கள் ஆரியர்கள் அல்ல. ஆன்ம விசாரணைக்கான ஞான நூல்கள் மிகுந்த வடமொழியைப் படிப்பதையே தொழிலாகக் கொள்ளும்படி தமிழ் மக்களும் தமிழ் மன்னர்களும் பிரித்து வைத்த தமிழர் களே பார்ப்பனர்கள். தமிழில் ஆன்ம விசாரணை நூல்கள் இல்லை. அதை ஒப் புக் கொண்டதில் தமிழருக்கு அவமா னமு மில்லை. எந்த ஒரு மொழியிலும் எல்லா அறிவும் இருந்துவிட முடியாது. தமிழ் நாட்டில் ஆரியர்களும் இல்லை, தமிழர்கள் தங்களைத் திராவிடர்கள் என்று சொல்லிக் கொள்வதும் அறியாமை. இங்கிலீஷைப் படித்து விட்டவர்களெல்லாம் இங்கிலீஷ் காரர்களாகி விட மாட் டார்கள். அதைப் போலவே ஆரிய மொழியைப் படித்தவர்கள் ஆரியர்கள் ஆகிவிட மாட்டார்கள். சொல்லத் தெரியாதவர்கள் 'தஞ்சாவூரை' 'டாஞ்சூர்' என்று சொல்லி விட்டதினாலேயே தஞ்சாவூர்க் காரர்கள் தங்களை 'டாஞ்சூரியர்' என்று சொல்லிக் கொள்வது

தகுதியல்ல. அதைப் போலவே யாரோ அன்னியர்கள் தமிழர் நாட்டை ' திராவி டம்' என்று சொன்னதற்காக தமிழர்கள் தங்களைத் திராவிடர் என்று சொல்லிக் கொள்வது சரியல்ல.

வடநாட்டு மக்களுடன் தமிழர்கள் நெடுங்காலமாக நேசமாக இருந்து வருகிறார்கள். வடநாட்டு உறவுகளுக்காகத் தமிழர்கள் வருத்தப்பட வேண்டியது ஒன்றுமில்லை. அநேக தமிழ் அறிஞர்கள் வடக்கத்தியார்களுடன் தாங்கள் தொடர்புடையவர்கள் என்று பெருமையோடு பேசிக் கொண்டதுண்டு. ஒரு நல்ல உதாரணம் சொல்லுகிறேன். காலஞ் சென்ற பா.வெ.மாணிக்க நாய்க்கர் என்பவர் ஒரு வெகு நல்ல தமிழறிஞர். அவர் சர்க்கார் எக்ஸிகியூடிவ் எஞ்சினி யராக இருந்தவர். எனக்கு அன்பரும், உறவினரும் ஆவார். இந்த ஆரிய திராவிட விவாதத்தில் வெகு தீவிரமாக ஈடு பட்டிருந்தவர். தமிழ் மொழியின் தனிச் சிறப்புகளைத் தனியான முறையில் சொல்லியும் எழுதியும் தந்தவர். மிகவும் சாதுரியமாகத் தர்க்கிக்க வல்லவர். அவர் தாம் விஜய நகர மன்னர்களுடன் உற வுள்ள வம்சத்தில் வந்தவராகச் சொல்லிக் கொண்டார். விஜய நகர சமஸ்தானத்தை உண்டாக்கியவர்கள் தமிழர்கள் அல்ல. அதை ஆண்டவர்களும் தமிழர்கள் அல்ல. அவர்கள் வட நாட்டின் தொடர்புடையவர்கள். தமிழ் மொழி யையும், தமிழ் இனத்தையும் மிகவும் பெருமையோடு பேசித் தன்னை ஒரு தமிழன் என்று சொல்லிக்கொள்வதில் வெகு சந்தோஷப்பட்ட மாணிக்க நாய்க்கர் தாம் விஜய நகர மன்னர்களின் தொடர்புடையவர் என்று சொல்லிக் கொள்ள நேர்ந்தது எப்படி யென்பதைக் கேளுங்கள்.

மாணிக்க நாய்க்கருக்குச் சொந்த ஊர் சேலத்தை அடுத்த பாகல்பட்டி என்ற சிறு கிராமம். அதன் அருகில் ஒரு மண் மேடு உண்டு. அது வெகு காலத்துக்கு முன் அழிந்துபோன ஒரு அரண்மனையாக இருக்கக் கூடும் என்று அனுமா னிக்கப்பட்டது. அப்படியானால் அதில் ஏராளமான செல்வம் புதைந்திருக்கலாம். அந்தச் செல்வத்தைத் தோண்டி எடுக்க நேர்ந்தால் அது யாரைச் சேர வேண்டியது? சாதாரணமாக அது அரசாங்கத்தைச் சேரும். அப்படி அது அர சாங்கத்துக்குப்

போய்விட விடுவானேன் என்ற எண்ணம் மாணிக்க நாய்க்கருக்கு எழுந்தது. பாகல்பட்டி என்பது ஒரு சிறு ஜமீன். அந்த ஜமீனுக்கு ஒரு காலத்தில் மாணிக்க நாய்க்கரின் முன்னோர்கள் சொந்தக்காரராக இருந்தார்கள். நாய்க்கர் என்ற பட்டம் விஜய வீரர்களுக்கும் அவர்கள் பரம் ரைக்கும் உண்டு.

இதை யெல்லாம் ஒன்றாகச் சேர்த்து மாணிக்க நாய்க்கர் வாதாட ஒரு அபூர்வ மான யுக்தி செய்து, அந்த உரிமையை நிலைநாட்ட ஒரு விண்ணப்பம் தயார் செய்து, சென்னை நகர கவர்னருக்கும், கவர்னர் ஜெனரலுக்கும், சீமையிலுள்ள 'செக்ரடரி ஆப் ஸ்டேட்ஸ்' அவர்களுக்கும் அனுப்பிக்கொண்டார். அந்த விண்ணப்பத்தை நாய்க்கரவர்களே எனக்குக் காட்ட நான் படித்துப் பார்த்தவன்.

அந்த விண்ணப்பத்தில் 'பாகல்பட்டி என்பது 'பகை இல்பட்டி' (பகைவர்களே இல்லாத பட்டி) என்றும், அது ஒரு சிற்றரசு என்றும், விஜய நகர மன்னர்களின் சிற்றரசர்களைச் சேர்ந்த நாய்க்கர்கள் ஆண்டதென்றும், அந்த நாய்க்கர்கள் வழியில் வந்தவர்கள்தான் தம்முடைய முன்னோர்கள் என்றும் அந்த சிற்றரசர்களின் அரண்மனை கால கதியால் அழிந்து போய் இப்போது மண் மேடாக இருக்கிறதென்றும், அந்த மண் மேடு, அதில் புதைந்திருக்கக்கூடிய அனைத்தும் தங்கள் குடும்பத்துக்குச் சேரவேண்டும் என்றும், அப்படி உத்தரவாக வேண்டும் என்றும் எழுதப்பட்டிருந்தது. அதற்கு அனுகூலமான பல ஆதாரங்களும் கூறப்பட்டிருந்தன.

சரித்திர பூர்வமாக இது சரியோ அல்லவோ நமக்குத் தெரியாது. ஆனால் தமிழர்களை மிகவும் பெருமைப்படுத்தி, தாமும் ஒரு தமிழன் என்பதில் பெருமிதங் கொண்டு, ராமன் ஆரியன் என்றும், ராவணன் தமிழன் என்றும், ராமாயணம் என்பது ஆரியனுக்கும் தமிழனுக்கும் நடந்த ஒரு சண்டைதான் என்ற விவகாரத்தில் வெகு தீவிரமாக ஈடுபட் டிருந்த மாணிக்க நாய்க்கரும் கூடத் தம்மை ஆரியர்களின் சம்பந்தமே அதிகமாக உள்ள விஜய நகரத்தாரின் குலத்தைச் சேர்ந்தவராகச் சொல்லிக் கொண்டார் என்பது மட்டும் உண்மை.

ராமன் ஆரியனாக இருந்து விட்டால் நமக்கென்ன? ராவணன் தமிழனாக இருந்து விட்டால் நமக்கென்ன? ராமன் ஆரியனாக இருக்கலாம். ஆனால் ராவணன் தமிழன் அல்ல. ஏன் எனில் இலங்கையில் இருந்தவர்கள் தமிழர் அல்ல. இலங்கையின் மொழியும் தமிழல்ல. அதை இலங்கையின் சரித்திரமாகிய 'மகா வம்சம்' இன்றைக்கும் சொல்லுகிறது. இப்போது இலங்கையின் சொந்தக்காரரர் களாக இருக்கிற சிங்களவர் தமிழர்களைத் தங்களுக்கு இடையூறு செய்கிற விரோதிகளாகக் கருதி விரட்டுகிறார்கள். கண்ணுக்கு நேராகத் தமிழனுக்கும் இலங்கைக்காரருக்கும் உள்ள உறவு இப்படி யிருக்க, கண்ணுக்கும் மனத்துக்கும் எட்டாத ராமாயணகால சரித்திர உண்மை களை ஊகிக்க முடியுமா? ?

தமிழ் நாடு

தமிழ் நாடு ஒரு தனி மாகாணம் ஆகவேண்டும் என்பதும், அதில் தமிழ் மொழிக்கும் தமிழர்களுக்கும் ஆதிக்கம் இருக்க வேண்டும் என்பதும் மிகவும் சரியான உரிமைகள். பாஷா வாரியாக மாகாணங்களைப் பிரிக்கிற போது தமிழ் நாடு ஒரு தனி மாகாணமாக்கப் படும் என்றுதான் எதிர் பார்க்கிறோம். அன்றியும் திருவாங்கூரின் தெற்கிலும், தென் கிழக்கிலும் தமிழர்களே பெருந் தொகையாக இருக்கிற பகுதிகளையும் தமிழ் மாகாணத்தோடு சேர்க்க வேண்டும் என்று செய்யப்பட்டு வரும் முயற்சியும் மிகவும் நியாயமானது. தமிழ் நாடு என்று சொல்லும்போது வெறும் இறந்த கால உண்மைகளை மட் டும் எண்ணாமல் நிகழ்கால நியாயங்களை யும் எதிர்கால நோக்கங்களையும் சேர்த்து எண்ண வேண்டும். சரித்திர உண்மை யாக தமிழ் நாட்டின் எல்லை, வடக்கே வேங்கட மலையும், தெற்கே குமரியாறும் மற்ற இரு புறங்களிலும் கடலுமாகத் தான் இருந்திருக்கிறது. ஆனால் அந்த எல்லை இப்போது இல்லை. பழைய எல்லைக்குள் இப்போது இருந்து வருகிற மலையாளிகளும், கன்னடக் காரரும் அதை ஒத்துக்கொள்ள மாட்டார்கள். ஆகையால் தமிழைத் தாய் மொழியாகக் கொண்டவர்கள் மிகுதியாகவுள்ள பகுதி களை யெல்லாம் தமிழ் மாகாணத்தோடு சேர்க்க வேண்டும் என்பது தான் சரி யான நியாயமாகும். அந்த முறையில் ஒரு தமிழ் மாகாணத்தை நிறுவி தமிழர் களின் தனி முறையில் கலைகளையும், கல்வியையும் பெருக்கி தமிழ் அரசு நடத்தி, தமிழர்களுடைய பெருமைகளுக் குக் காவல் புரிவோம்.

ஆனால், தமிழ் மாகாணத்தில் தமிழன் தனியரசு கொண்ட பின் இந்திய நாட்டை மறந்து விடக்கூடாது. மறந்தால் தமிழ் மாகாணத்தின் தனியரசும் தடுமாறி விடும். இந்திய நாட்டில் பாஷைகள் எத்தனை இருந்தாலும் பல்லாயிரம் வருஷங்களாக

இந்திய மக்கள் அனைவரும் ஒரே தாய்ப்பாலை உண்டு ஒரே நாகரிக முடையவர்கள் என்பதை இகழ்ந்து விடக் கூடாது. இகழ்ந்தால் பல கஷ்ட நஷ்டங்கள் உண்டு. வட கோடியில் வசிக்கும் ஒரு இந்தியன் தெற்கேயுள்ள திருப்பதி, சீரங்கம், ராமேசுவரம் என்ற உடனே வணக்கம் செய்வதும், தென் கோடியிலிருக்கும் ஒரு தமிழன் வடக்கேயுள்ள காசி, ஹரித் துவாரம், பிரம்ம கபாலம் என்ற பெயர்களுக்குக் கையெடுத்துக் கும்பிடுவதும் ஒரு நாள் இரண்டு நாளில் உண்டாகி விட்ட உறவுகள் அல்ல. அறுக்க முயல்வதும் அநியாயம்.

வட நாட்டிலும் தென்னாட்டிலும் குணங்களும் குற்றங்களும் ஒரே மாதிரி யாகத்தான் இருந்து வந்திருக்கின்றன. ங்களைப் பற்றித் திருப்பித் திருப் பிச் சொல்ல வேண்டிய தில்லை. குற்றத்துக்கு மட்டும் ஓர் உதாரணம் சொல்லுகிறேன். இந்தியாவில் இறந்து போன கணவனுடன் மனைவி உடன் கட்டை ஏறி எரிந்து போகிற வழக்கம் வெகு காலமாக இருந்து வந்திருக்கிறது. ரஜபுத்திரப் பெண்கள் போரில் இறந்து போன கணவன் மார்களைக் கருதிக் கூட்டம் கூட்டமாகத் தீக் குளித்ததை சரித்திரமாகப் படித்திருக்கிறோம். இந்தக் கொடிய வழக்கத்தை நீக்க நூறு ஆண்டு ளுக்கு முன்னாலிருந்த ராஜாராம் மோஹன் ராய் என்ற வங்காளிப் பிராமணர் வெகு பாடுபட்டு அதற்காக இங்கிலாந்துக்கும் தூது சென்றார். கடைசியாக லார்ட் வில்லியம் பென்டிங்க் என்ற கவர்னர் ஜெனரல் அந்த வழக்கத்தைச் சட்டம் செய்து ஒடுக்கினார். இந்த 'சககமனம்' வழக்கம் வடநாட்டுக்காரர்களிடம் தான் இருந்ததாக நாம் எண்ணிக் கொண்டோம். ஆனால் இந்த வழக்கம் தமிழ் நாட்டிலும் இருந்திருக்கிறது என்பதை அறிந்தால் அதிசயப்படுவீர்கள்.

மிகச் சிறந்த தனித் தமிழ் இலக்கியமாகச் சொல்லப் படுகிற "புற நானூறு என்ற நூலில் பூதப் பாண்டியன் என்ற ஒரு பாண்டிய மன்னன் இறந்து போனபோது அவனுடைய மனைவியும் உடனிறக்கத் தீக்குளிக்கச் சென்றதை அருகிலிருந்த அமைச்சர்களும், அறிஞர்களும் தடுத்து

அறிவுறுத்துகிறார்கள். அவர்களை மீறி அந்தப் பெண் தீயில் இறங்கி இறந்ததாகச் சொல்லப் பட்டிருக்கிறது.

இந்த வழக்கம் புறநானூறுக்குப் பின் வந்த தமிழ் இலக்கியம் எதிலும் இல்லை. புற நானூறு காலத்துக்குப் பின் அதாவது நாலாயிரம் ஆண்டுகளுக்கு முன் இந்த வழக்கம் தமிழ் நாட்டில் இல்லா தொழிந்து விட்டதாக ஊகிக்கலாம். அப்படியானால் இந்த வழக்கம் தெற்கே ஆரம்பித்துதான் வடக்கே போயிருக்க வேண்டும் என்று எண்ணவும் இடமிருக்கிறது.

இதனால் பல தமிழ் நாட்டு மன்னர்கள் 'இமய வர்மன், அதி வீர ராம பாண்டியன்' 'ராஜ சூயம் வேட்டவன் ராஜ ராஜன் 'ராஜ ராஜேந்திரன்' 'ராஜேந்திர மார்த்தாண்டன்' என்ற பெயர்களை வைத்துக் கொண்ட காரணத்தாலும் வட நாடும் தென்னாடும் ஒன்றைவிட்டு ஒன்று பிரிக்க முடியாத நாகரிகத்தில் பின்னிக் கிடப்பதாலும் நாம் இந்தியாவின் பொது நலத்தையும் போற்ற வேண்டும். இந்திய நாட்டின் இந்த முழுமையைப் பாரதியார்

"முப்பது கோடி முகமுடையாள் உயிர்
மொய்ம்புற ஒன்றுடையாள் - இவள் செப்பும்
மொழிபதினெட்டுடையாள், எனில் சிந்தனை ஒன்றுடையாள்"

என்று பாடி இருக்கிறார். இப்போது இந்திய நாட்டின் ஜனத்தொகை நாற்பது கோடி யென மதிப்பிடப்படுவதால், இப்பாட்டை

"நாற்பது கோடி முகமுடையாள் உயிர்
நலமிக ஒன்றுடையாள் - இவள் ஏற்கும்
மொழிபதி னெட்டுடையாள், எனில் எண்ணுதல்
ஒன்றுடையாள்."

என்பது போலப் பாடிக் கொண்டாலும் பொருந்தும்.

தமிழ் நாடு தனியரசான பின்னும் இந்த எண்ணம் நம்முடைய மனதில் மாறாதிருந்தால்தான் 'தமிழ்நாடு தமிழருக்கே' என்ற கோஷத்தினால் தவறு வராது. தமிழ் நாட்டில் தாய் மொழி தமிழல்லாத அனேக வகுப்பார்கள் நெடுங்காலமாக வாழ்ந்து வருகிறார்கள். அவர்களில் அருந்ததியர் (தாய் மொழி தெலுங்கு) சேணியர்கள் (தாய் மொழி கன்னடம்) ஆரிய வைசியர்கள் (தாய் மொழி தெலுங்கு) சௌராஷ்ட்ரர் (தாய்மொழி சௌராஷ்ட்ரம்) முதலானவர்கள் குறிப்பிடத் தகுந்தவர்கள்.

தொகை தனித் தனி லட்சக் கணக் கிலிருக்கிறது. இவர்களை விட சிறு தொகையினரான மற்ற மொழிக்காரர்களும் உண்டு. மேலே சொல்லப் பட்டவர்களுக்குத் தாய் மொழி தமிழில்லா விட்டாலும் அவர்கள் எல்லா விதத்திலும் தமிழர்களாகவே வாழ்ந்து வருகிறார்கள். அவர்களுக்கெல்லாம் ஒரு அநீதி நேர்ந்து விடும்படி 'தமிழ்நாடு தமிழருக்கே' ஆகி விடக் கூடாது. ஆனால் 'தமிழ்நாடு தமிழருக்கே' என்று கோஷிப்பதில் நான் மேலே குறிப்பிட்ட வகுப்புகளை யெல்லாம் விட்டு விட்டு, ஆரியர்கள் என்று நம்மிற் சிலர் நினைக்கிற தமிழ் நாட்டுப் பார்ப்பனர் களை மட்டும் தான் எண்ணப் படுகிறது என்றால் அதை விட அநீதி வேறு எதுவும் இருக்க முடியாது. அது நான் முன்னே சொன்னபடி பாவம் அல்லது 'பாதகம்' தான் ஆகும்.

தமிழ் அரசு

தமிழ் நாட்டில் நடக்கப் போகிற தமிழ் மாகாண அரசாட்சி தமிழை அரசாங்க மொழியாகக் கொண்டு தமிழ் மரபும் தமிழ்ப் பண்பும் தவறாத முறையில் நடத்தப்படுகிற ஒரு ஜனநாயக பஞ்சாயத்தாகத் தான் இருக்க வேண்டும். இந்த ஒரு ஜன நாயகப் பஞ்சாயத்து முறைதான் சேர சோழ பாண்டிய மன்னர்கள் காலத்திலும் நடந்தது. அவர்களுக்குச் சில தனி அதிகாரங்கள் இருந்தாலும் அரசாங்கத்தின் தினசரி நடப்பு அதிகாரங்கள் முற்றிலும் 'ஐங்குழு' என்ற பஞ்சாயத்துக்களிடத்தில் இருந்தது.இதைப் பற்றிய பல ஆராய்ச்சிகள் இருக்கின்றன. இந்த ஐங்குழு பஞ்சாயத்து முறையைத் தான் மகாத்மா காந்தியும் ஆதரிக்கிறார். 'காந்தீய அரசியல்' என்று அகர்வால் எழுதிய நூலிலும் இந்த தமிழ் நாட்டு முறையைக் குறிப்பாகச் சொல்லுகிறார்.

சேர சோழ பாண்டிய மன்னர்களின் ஆட்சியில் இருந்த அரசியல் முறைகளை யும், அதனால் மக்களுக்குள் இருந்த அமைதியையும். அப்போது வளர்ந்த கலைகளையும், அதனால் விரிந்த நாகரிகத்தையும் புகழ்ந்து பல ஐரோப்பிய எழுத்தாளர்கள் விதம் விதமாக வியந்து எழுதியிருக்கிறார்கள்.

அப்படி அன்னிய நாட்டு அறிஞர்களாலும் புகழப் படுகிற அந்த மூவேந்தர் பெரும் புகழை நாம் பேசுகின்றோம், ஆனால் அவர்கள் அருங்குணத்தில் கூசுகின்றோம்; அவர்கள் வீரத்தை வாழ்த்துகின்றோம். ஆனால் அதன் சுகத்தைத் தாழ்த்துகின்றோம்; அவர்கள் விட்டு வைத்த சரித்திரத்தில் களிக்கின்றோம், ஆனால் அவர்கள் கட்டிவைத்த கோயில்களைப் பழிக்கின்றோம்; அவர்கள் போர்த் திறத்தைச் சொல்லி நித்தம் கதைக்கின்றோம், ஆனால் அவர்கள் சேர்த்துவைத்த நல்லறிவைச் சிதைக்கின்றோம்; அவர்கள் மாட்சிமிக்க அரசியலில் மலைக்கின்றோம், ஆனால் அவர்கள் ஆட்சி கண்ட அமைதிகளைக் குலைக்கின்றோம்; அவர்கள்

செய்யாததில்லை என்று மகிழ்கின்றோம். ஆனால் அவர்கள் செய்து வைத்த இலக்கியத்தை இகழ்கின்றோம். அவர்கள் நீதி நெறி முறைமைகளை வந்தித்தோம், ஆனால் அவர்கள் ஆதரித்த புலவர்களை நிந்தித்தோம்; மாண்டு போன அம் மன்னர்களுக்காகக் கண்ணீர் விடுகிறோம்; ஆனால் மாளாதிருக்கும் அவர்கள் அறப் பயிர்களுக்கு வெந்நீர் விடுகிறோம்; அவர்களுடைய புறச் சின்னங்களாகிய வில், மீன், புலிக் கொடிகளை ஏற்றுகின்றோம், ஆனால் அவர்களுடைய அகச் சின்னங்களாகிய அன்பு தெய்வம் அறங்களைத் தூற்றுகின்றோம். களையெடுக்க எண்ணி முளையெடுக்க முனைந்து விட் டோம். சீர் திருத்தம் பேசி வேர் பறித்தல் செய்கிறோம். சமாதானம் காட்டி சண்டைகளை மூட்டுகின்றோம். ஒற்று மையைக் கூறி வேற்றுமைகளை விரிவாக்குகிறோம்; அன்பென்று பேணி வம்புகளை வளர்க்கிறோம். அறமென்று நினைத்து மறங்களிலே மனம் செலுத்துகிறோம்.

தமிழ் நாடு தனி மாகாணமாகி, தமிழ் மக்கள் தனி அரசு கொண்டு, தமிழ் மொழி ஆட்சி புரிய வேண்டுமானால் சேரனும் சோழனும் பாண்டிய னும் காட்டிய செந் நெறிகளில் செல்ல வேண்டும். அவர்கள் விட்டுப் போன அறங்களைப் பாதுகாக்க வேண்டும். அவர்கள் போற்றி வைத்த இலக்கியங்களில் பொதிந்து கிடக்கும் நல்லுணர்ச்சிகள் நம்மதாக வேண்டும். அப்போது தான் சேரன் செய்தது போல வடநாட் டையும் வணங்க வைக்க முடியும். அப் போது தான் பாண்டியனைப் போல சங்கம் வளர்க்க முடியும். அப்போது தான் சோழன் கட்டி வைத்த பெரிய கோயிலைப் போன்ற அரிய வேலையை ஆற்ற முடியும். அப்போது தான் நெற்றிக் கண்ணுக்கும் அஞ்சாது குற்றம் கடிந்த நக்கீரனைக் காண முடியும். அப்போதுதான் கொடுங்கோலை வீழ்த்திய கண்ணகி போன்ற பத்தினிக் கடவுளரைப் பார்க்க முடியும். அப்போது தான் இளங்கோவைப் போன்ற எழுத்தாளர்கள் உதிப்பார்கள். திருவள்ளு வரைப் போன்ற மகாத்மாக்கள் தோன்றுவார்கள். கம்பனைப் போன்ற கவிஞன் பிறப்பான். அப்போதுதான் பல

பாஷைகளில் வல்லவனாகி, பத்தே நாளில் பிற மொழியில் பண்டிதனாகி வாதுக்கு வந்தவர்களை வணங்கச் செய்து வட நாட்டு மன்னனிடம் வரிசைகள் பெற்ற குமர குருபரரைப் போன்ற தமிழறிஞர்களைக் காணலாம்.

அதை யெல்லாம் விட்டு விட்டு, அணுகுண்டை வீசி உலகத்தை அழிக்கப் பார்க்கிற ஐரோப்பிய அநாகரிகங்களில் மோகங்கொண்டு தெய்வ நிந்தனைகள் பேசித் திரிவதற்குத் தமிழ் நாட் டில் தமிழரசு வந்தாலென்ன, இங்கிலீஷ் அரசே இருந்தால்தானென்ன?

தமிழ்ப் பண்பு

ஒவ்வொரு மனிதனுக்கும் இயல்பான ஒரு குணம் உண்டு. ஒவ்வொரு குடும்பத்துக்கும் ஒரு தனியான வழக்கமுண்டு. ஒவ்வொரு சமூகத்துக்கும் ஒரு சம்பிரதாயமுண்டு. ஒவ்வொரு நாட்டிற்கும் ஒரு சரித்திரம் உண்டு. ஒவ்வொரு மொழிக்கும் ஒரு போக்கு உண்டு.

தமிழ்ப் பண்பு என்பது, தமிழ் மக்களின் இயல்பும் தமிழ் நாட்டுச் சரித் திரத்தின் மரபும், தமிழ் மொழி இலக்கி யங்களின் போக்கும் ஆகிய இந்த மூன்றும் கலந்து தொகையான குணம்.

இந்தத் தமிழ்ப் பண்பை, பிற மொழி இலக்கியங்களையும் பக்கம் பக்கமாக வைத்துப் படித்துப் பார்த்து அவற்றிலுள்ள வித்யாசங்களைக் கவனிக்கிறபோது சுலபமாகக் காணலாம். வியாச பாரதத்தையும், வில்லி பாரதம் அல்லது பெருந் தேவனார் பாரதத்தையும் ஒப்பிட்டுப் பார்த்தால் இந்தத் தமிழ்ப் பண்பு அங்கங்கே சிறிது காணப்படும். வடமொழியிலுள்ள நளன் கதையையும், புகழேந்தி பாடிய நளவெண்பாவையும் ஒப்பிட்டுப் பார்த்தால் அங்கே இந்தத் தமிழ்ப் பண்பை முன்னிலும் அதிகமாகக் காணலாம். வான்மீகி ராமா யணத்தையும், கம்பராமாயணத்தையும் அவற்றுள் ஒப்பு காண்பதே அரிது. கதா பாத்திரங்களாகிய பேர்களும் ஊர்களும் தவிர மற்றெல்லா நிகழ்ச்சிகளும் கதைப் போக்கும் கதாபாத்திரங்களின் குணங்களும் நடவடிக்கைகளும் முற்றிலும் மாறுபட்டிருக்கும். இந்த மாறுபாடுகள் எல்லாம் வட நாட்டுப் பண்புக்கும் தமிழ் நாட்டுப் பண்புக்கும் உள்ள வித்தியாசங்களே. அங்குள்ள மாறுபாடுகள் அனைத்தும் தமிழ்ப் பண்பினால் தரப்பட்டவை என்பது எளிதில் தெரியும். வடமொழி இலக்கியங்களைத் தமிழில் மொழி பெயர்த்தவர்களெல்லாம் அந்த இலக்கியங்களின் முக்கிய கருத்துக்களை மட்டும்

வைத்துக்கொண்டு மற்றதை யெல்லாம் தமிழ்ப் பண்புகளோடு கூட்டியே தமிழாக்கியிருக்கிறார்கள். வாழ்க்கையின் ஒவ்வொரு துறையிலும் இந்தப் பண்பு வேறுபாட்டைப் பார்க்கலாம். உதாரணமாகத் தமிழ் நாட்டுப் பிராமணர்களிடம் வட நாட்டுப் பிராமணர்களிடத்தில் காணவே முடியாத பல பண்புகளைப் பார்க்கலாம். வட நாட்டுப் பார்ப்பனரிடத்தில் சுசிகரமான வழக்கங்கள் மிகக்குறைவு.

உடை உணவு உடல் இவற்றின் சுத்தத்தில் தமிழ் நாட்டுப் பார்ப்பனர்கள் வட நாட்டாரைக் காட்டிலும் மிகவும் உயர்ந்தவர்கள். தமிழ் நாட்டில் தினம் ஒரு தரமாவது முழுகிக் குளிக்காத பார்ப்பனரைப் பார்க்க முடியாது. மூன்று தரம் முழுகுகின்றவர்களும் இருக்கிறார்கள்; வட நாட்டுப் புரோகிதர்களாகிய பண்டாக்களிலும் கூட நித்தமும் குளிக்கின்றவர்கள் மெத்தக் குறைவு. தமிழ்நாட்டில் மிக ஏழைப் பிராமணர்கூட, கசக்கியாவது பிழியாத உடையை இரண்டாம் நாள் கட்ட மாட்டார்; வட நாட்டு பிராமணரில், செல்வர்களைத் தவிர மற்றவர்கள் அனேக நாட்களுக்கு அழுக்கு ஆடையையே அணிவார்கள். (இது குளிர் தேசத்தை ஒட்டியது என்று சொல்லலாம். ஆனால் நடுங்குகின்ற குளிரிலும் கொட்டுகின்ற மழையிலும் கூட தமிழ் நாட்டுப் பிராமணர் அப்படிச் செய்ய மாட்டார். தென்னாட்டு பிராமணன் வட நாட்டுக்குப் போனாலும் அங்கேயும் குளிக்காமலும் உடை மாற்றாமலும் உண்ண மாட்டான்) வட நாட்டு பிராமணர்களில் பெரும்பாலோர் புலால் உண்பவர்கள். தமிழ் நாட்டில், கெட்டுப் போன இரண்டொரு தனி மனி தர்களைத் தவிர மற்ற எல்லாப் பிராமணர்களும் புலால் உணவைச் சிந்தையாலும் தீண்டாதவர்கள். இந்த வித்தியாசங்கள் ஏன் என்றால் இவர்கள் வாழ்க்கையில் தமிழ்ப் பண்பு இருக்கின்றது அவர்கள் வாழ்க்கையில் அது இல்லை.

எந்த மதத்துக்கும், எந்த நிறத்துக்கும், எந்த நாட்டானுக்கும், எந்த மொழிக்கும் இடங் கொடுத்தது தமிழ் நாடு. தமிழ்

நாட்டுக் கிறிஸ்துவருக்கும் மற்ற நாட்டுக் கிறிஸ்துவருக்கும் பல வித்தியாசங்கள் உண்டு. தமிழ் நாட்டு மகம்மதியருக்கும் மற்ற நாட்டு மகம்மதியருக்கும் மாறுபாடுகள் உண்டு. தமிழ் நாட்டு பௌத்தனுக்கும் வேறு நாட்டு பௌத்தருக்கும் வித்தியாசம் உண்டு. மற்ற மதங்களும் அப்படியே. ஒரே மதத்திலும் தமிழ்நாட்டு சைவம் வேறு, வடநாட்டு சைவம் வேறு. தமிழ்நாட்டு வைஷ்ணவம் வேறு, வடநாட்டு வைஷ்ணவம் வேறு. இந்த வித்தியாசங்களுக்கெல்லாம் தமிழ் நாட்டில் வசிப்பவர் களுடைய வாழ்க்கையில் தமிழ்ப் பண்பு கலந்திருப்பதே காரணமாகும்.

இந்தத் தமிழ்ப் பண்பின் அந்தரங்க அடிப்படை இந்த உலக முழுவதும் இறைவன் தன் மக்களுக்குக் கட்டி வைத்த ஒரே வீடென்றும், உலக மக்களெல்லாம் அந்த வீட்டிலுள்ள ஒரு குடும்பத்தின் குழந்தைகளென்றும், உலகத்தி லுள்ள வெவ்வேறு மொழிகளும் அந்தக் குழந்தைகளின் வெவ்வேறு குரல்களென்றும் உலகத்திலுள்ள வெவ்வேறு மதங்களும் அந்தக் குழந்தைகளின் வெவ்வேறு விதங்களென்றும், உலகத்தில் ஒரு சமூகத்துக்கு நேருகின்ற இன்ப துன்பம் அந்த வீட்டிலுள்ள எல்லாருக்கும் நேருகின்ற இன்ப துன்ப மென்றும் எண்ணுகின்ற விஸ்தாரமான எண்ணத்தில் வேரூன்றியது.

தமிழ்ப் பண்பு, இறைவன் உண் மையை மறுக்காது, தெய்வ நிந்தனை பொறுக்காது, பெரியோரைப் பிழை சொல்லாது, முன்னோர்களை மூடர்களாக்காது, பழைமையைப் பழிக்காது நிகழ்கால அவசரத்தால் நிதானம் தவறி விடாது, எதிர்கால ஆசைகளுக்காக எதையும் செய்துவிடாது. இந்தத் தமிழ்ப் பண்பினால் நாம் என்ன பலன் கண் டோம் என்று வெகு எளிதாகக் கேட்டு விடலாம். அதற்கு இந்தப் பண்பில்லாத ஏனைய நாடுகள் அடைந்து விட்ட நலன்களைச் சற்றாகிலும் எண்ணிப் பார்த்தால் தக்க பதில் கிடைக்கும்.

★★★

9 788199 751156